கவிதை என்னும் வாள்வீச்சு

கவிதை என்னும் வாள்வீச்சு

ஆனந்த் (1951)

ஆனந்த் படைப்புகளாக ‘அவரவர் கைமணல்’, ‘அளவில்லாத மலர்’, ‘காலடியில் ஆகாயம்’ (கவிதைகள்), ‘வேர்நுனிகள்’ (குறுநாவல், சிறுகதைகள்), ‘இரண்டு சிகரங்களின் கீழ்’, ‘நான் காணாமல் போகும் கதை’ (குறுநாவல்கள்) வெளிவந்துள்ளன.

தற்போது இவர் மனநல ஆலோசகராகவும் மனிதவள மேம்பாட்டுப் பயிற்சியாளராகவும் உள்ளார்.

email: anandh51ad@gmail.com

கவிதை என்னும் வாள்வீச்சு ✧ கட்டுரைகள் ✧ ஆசிரியர்: ஆனந்த் ✧

✧ முதல் பதிப்பு : 2009 ✧ வெளியீடு: காலச்சுவடு பதிப்பகம், 669 கே. பி. சாலை, நாகர்கோவில் 629 001 ✧ தொலைபேசி : 91-4652-278525 ✧ தொலைநகல்: 91-4652-402888 ✧ மின்னஞ்சல்: kalachuvadu @sancharnet.in ✧ அச்சுக்கோப்பு : சுதர்சன் புக் புராசசர்ஸ் அண்ட் டிஸ்ட்ரிப்யூட்டர்ஸ் ✧ அட்டை அச்சாக்கம்: பிரிண்ட் ஸ்பெஷாலிட்டீஸ், சென்னை 600 014 ✧ அச்சாக்கம்: மணி ஆஃப்செட், சென்னை 600 005.

காலச்சுவடு பதிப்பக வெளியீடு: 328

kavitai ennum vaaLviiccu ✧ Essays on poetry ✧ Author: aanant ✧

✧ Language: Tamil ✧ First Edition: December 2009 ✧ Size: Demy 1 x 8 ✧ Paper: 18.6 kg maplitho ✧ Pages: 152 ✧ Copies: 550+50✧ Published by Kalachuvadu Pathippagam, 669 K.P. Road, Nagercoil 629 001, India ✧ Phone: 91-4652-278525 ✧ Fax: 91-4652 - 402888 ✧ e-mail: kalachuvadu@sancharnet.in ✧ Typesetting: Sudarsan Book Processors and Distributors ✧

ISBN 978-81-89359-83-6

12/2009/S.No. 328, kcp 514, 18.6 (1) 600

கவிதை உலகத்துக்குள்
என்னை
இழுத்துவிட்டுவிட்ட
ஞானக்கூத்தனுக்கு

பொருளடக்கம்

முன்னுரை

‘இலக்கியம் காண்டற்கு இலக்கணம் இயம்பல்’

எனது இலக்கிய வெளிப்பாட்டு வடிவங்களுள் முதன்மையானதாகக் கவிதையையே கருதுகிறேன். இருந்தபோதும் கவிதை சார்ந்து, கவிதை பற்றி அதிக மாகச் சிந்தித்ததில்லை. கவிதைகளை வாசிப்பதன் வழி யாகக் கவிதையைக் கற்றுக்கொள்கிறேன். ஆகவே கவிதையை உணரும் கணங்கள் அனேகம். அதனால் என் கவிதைக் கோட்பாடு என்ன என்பதைக் குறித்துத் தெளிவில்லை. அப்படி ஒன்றை வரித்துக்கொண்டிருக்க வேண்டுமா என்பது பற்றியும் குழப்பம்தான். உரைநடை யில் பக்க பக்கமாக எழுதினாலும் ஏற்படாத மகிழ்ச் சியைச் சிறுகவிதை ஒன்றில் பெறமுடிகிறது. காரணம், என்னிலிருந்து பிரிந்து எனக்கெதிரில் நின்று சமதையாக, சகஜமாகப் பேசும் அந்தரங்கமாகக் கவிதையைப் பாவிக் கிறேன். இந்த அந்தரங்கம் நான் விரும்புகிறவகையில் எனக்கு வசதியானதாக நானே உருவாக்கிக்கொள்கிற ஒன்றுதான் என்றபோதும் என்னுடைய இயல்பான உரை யாடல் நிகழ்வதற்கு இங்கேதான் சாத்தியம் அதிகம். என் அடையாளத்தை அருவமாக்கிக்கொள்ளும் வாய்ப்பு கூடுதலாகக் கிடைப்பதும் கவிதையில்தான். ஆகவே கவிதை எனக்கு முதன்மையானதாக இருக்கிறது. கவிதை பற்றிப் பேச எனக்குரிய தகுதி இதுதான்.

இலக்கிய வடிவங்களில் கவிதைக்குப் பெரும் தனித் துவம் உண்டு. உரைநடை வடிவ இலக்கியங்களின் வரலாறு வெகு குறுகல். கவிதையின் காலம் ‘என்று பிறந்தது என்றறியவியலாத் தொன்மை’. உரைநடை தோன்றியபின் கவிதை முடிந்துவிடும் என்று பேசியவர் கள் உண்டு. ஆனால் கவிதை தன் வடிவத்தை மாற்றிய படி இருப்பைத் தொடர்ந்து வலுவாகத் தக்கவைத்துக்

கொண்டிருக்கிறது. காரணம் கவிதையின் அடிப்படைத் தன்மை மற்ற இலக்கிய வடிவங்களிலிருந்து வேறானது என்பதுதான். மற்ற வடிவங்கள் விவரித்தலையும் விளக்குதலையும் செய் கின்றன. முன்னிலையை எப்போதும் பருண்மையாக வைத்துக் கொண்டு அதை நோக்கியே தன் செயல்பாடுகளைக் கொண் டிருக்கின்றன. ஆனால் கவிதை அப்படியல்ல. விளக்கத்தையும் விவரித்தலையும் பெரும்பாலும் கவிதை ஒதுக்கிவிடுகிறது.

கவிதையை விளக்குதலும் விவரித்தலும் உண்டு. ஆனால் கவிதை அவற்றில் ஈடுபடுவதில்லை. ஏனென்றால் கவிதை முன்னிலையை நோக்கித் தன் செயல்பாடுகளை வைத்துக் கொள்வதில்லை. கவிதை உணர்வுநிலைகளை மையமாகக் கொண்டது. விவரித்தலோ விளக்குதலோ உணர்வுநிலையை அடையச் செய்துவிட முடியாது. உணர்வுநிலையின் இடத்தில் வாசிப்பவரை இருத்துவதுதான் கவிதையின் செயல்பாடு. கவிதையிலும் முன்னிலை உண்டு. ஆனால் முன்னிலை முன்னிலையாகவே இருந்தால் கவிதை விலகிப்போய்விடும். முன்னிலை தன்மையாக உருமாறினால்தான் கவிதையின் உணர்வுநிலை சாத்தியமாகும். முன்னிலை, தன்மை என்னும் வேறுபாடுகளை அழித்து இரண்டையும் தன்மையாகவே ஆக்கும் சாத்தியங்களைக் கவிதை கொண்டிருக்கிறது. இதை இப்படிச் சொல்லலாம், கவிதையை வாசிப்பவர் கவிஞனின் இடத்திற்கு நிலைபெயர்ந்தால்தான் கவிதையின் உணர்வு நிலையைப் பெற முடியும். ஒரு கவிதை வாசகனையும் கவிஞ னாக மாறக் கோருகிறது. அப்படி மாறும் வல்லமை கொண்ட வர்க்குக் கவிதைப் புரிதல் பற்றிய புகார்கள் இருப்பதில்லை. மொழிச்செறிவு அல்லது சிடுக்கு காரணமாகப் புரிதலில் சிக்கல் ஏற்படும் எனினும் கவிதையின் உணர்வுத்தளத்தோடு இயல்பாக இணைந்துகொள்ளுதல் சாத்தியம்தான்.

கவிதையை விளக்க முடியாது அல்லது விளக்கக் கூடாது என்று சொல்வதில் எனக்கு உடன்பாடில்லை. ‘கற்றது உணர விரித்துரைக்கும்’ மரபு நம்முடையது. விரித்துரைக்க இயலா தோரை ‘நாறா மலரனையர்’ என ஒதுக்கி நகையாடுகிறோம். விளக்கப்படும்போது கவிதையின் முழுமை, கவிதை நிலை கொண்டுள்ள உணர்வு ஆகியவற்றைத் தவறவிடும் வாய்ப்பு இருக்கிறது என்பது உண்மைதான். அதற்காகக் கவிதையை விளக்கும் முயற்சியே கூடாது என்பதல்ல. கவிதை விளக்கப்படும் போதுதான் அதன் பல்வேறு பொருள் சாத்தியங்கள் பருண்மை யாகின்றன. விளக்குதலும் விவரித்தலும்தான் கவிதையின் பொதுத்தன்மைகளைச் சேகரம் செய்வதற்கு உதவுகின்றன. அச்சேகரம் கவிதைக் கோட்பாட்டை நோக்கி நகர்கிறது. குறிப் பிட்ட காலகட்டக் கவிதையை உணர்ந்துகொள்வதற்கு

அல்லது புரிந்துகொள்வதற்கு இந்தக் கோட்பாட்டு உருவாக்கம் அவசியமாகிறது. காலம் கடக்கும் கவிதையின் பொதுமைகள் பற்றிப் பிரச்சினையில்லை. கவிதையில் ஈடுபடும் யாருக்கும் அவை நெருக்கமானவையே. குறிப்பிட்ட காலம் தனது அடையாளத்தைக் கவிதைக்குள் பொதிந்துவைத்திருப்பதை இத்தகைய கோட்பாடுகள் கொண்டு கூடுதலாகப் புரிந்துகொள்ள முடிகிறது.

'சுட்டி ஒருவர் பெயர்கொளப் பெறார்' என்பது சங்க அகக் கவிதையின் தனித்த அடையாளம். இவ்வடையாளம் இன்றைய கவிதைகள் வரைக்கும் தொடர்கிற ஒன்றுதான். ஆனால் மாற்றங்களும் வளர்ச்சிகளும் ஏற்பட்டிருக்கின்றன. கவிதையில் வரும் 'நான்' என்னும் சுட்டு ஒரு பாத்திரக் கூற்று என்பது மாறிக் கவிதைசொல்லியின் அடையாளமாகவும் உருப்பெற்றிருக்கிறது. மேலும் பெயர் சுட்டா மரபு மாறி இன்றைய அகக் கவிதையில் பெயர்கள் தாராளமாகப் பயன்படுத்தப்படுகின்றன. நகுலன் கவிதையில் வரும் 'சுசிலா' போல நவீனக் கவிஞர்கள் பலர் தம் கவிதைகளில் குறிப்பிட்ட பெண் பெயர்களைத் தாராளமாகப் பயன்படுத்துகின்றனர். ஆனால் இந்தப் பெயர்கள் குறிப்பிட்ட பெண்களை அடையாளப்படுத்தாமல் சுலபமாக மாற்றீடு செய்துகொள்ளும்வகையில் அடையாளமற்று விடுகின்றன. அதாவது கவிதையில் வரும் பெயருக்குப் பதிலாக வாசகர் தம் மனப்பெயர் எதை வேண்டுமானாலும் பொருத்திக்கொள்ள முடியும். சுசிலா என்னும் பெயர் கவிதைப் பெண்ணாக அல்லது ஆணாக அடையாளப்படும் நிலையை விளக்க நம் அகக் கவிதை மரபு தொடர்பான கோட்பாடுகளில் நெகிழ்வுகளையும் மாற்றங்களையும் ஏற்றுக்கொள்ள வேண்டியவர்களாகிறோம்.

அகக் கவிதைக்கான பெயர் சுட்டா மரபு இன்று புறக்கவிதைகளுக்கும் பொருந்துவதாக மாறியிருக்கிறது. அரசியல் விமர்சனங்கள் கவிதையில் நுண்மையாக இடம்பெற்றாக வேண்டிய காலகட்ட மாற்றம் அல்லது வளர்ச்சி இது. முடியாட்சிக் காலத்தில் மன்னனின் பெயர் சொல்லி விளித்து எந்தக் கருத்தையும் முன்வைக்க முடிந்த நம் புறமரபு இன்று செல்லுபடியாகவில்லை. மக்களாட்சி என்று மார்தட்டும் இன்று ஆட்சியாளர் பெயர் சொல்லி விமர்சனம் செய்யக் கவிதைக்குத் துணிவில்லாமல் போய்விட்டது. அல்லது பெயர் சொல்வதன் மூலமாகக் கவிதைக்குக் குறிப்பிட்ட காலகட்ட அடையாளம் கிடைத்த மரபு மாறிப் புறம்பேசும் கவிதையும் காலத்தைச் சூட்சுமமாகக் கையாளும் நிலைக்கு வந்துவிட்டது என்றும் சொல்லலாம்.

'கேட்குந போலவும் கிளக்குந போலவும்' என அஃறிணைப் பொருள்கள் கவிதையில் பெறும் இடம் பற்றி நம் இலக்கணங்கள் கூறுகின்றன. அவை பேசும், கேட்கும். சரி, அவற்றின்

கோணம் கவிதையில் கிடைக்குமா? இன்றைய கவிதையில் அது சாத்தியமாகிறது. ஒரு செடி தன் கோணத்திலிருந்து தன்னை வெளிப்படுத்திக்கொள்வதாகப் புனைதல் இன்று நிகழ்கிறது. அகம், புறம் என்பதை நாம் பொருத்தும்போது இத்தகைய வளர்ச்சிகளைக் கணக்கிலெடுத்தாக வேண்டும். 'கடிசொல் இல்லைக் காலத்துப் படினே' என்றும் 'பழையன கழிதலும் புதியன புகுதலும் வழுவல' என்றும் நம் இலக்கண மரபு நெகிழ்வுகொண்டு விளங்கினாலும் நடைமுறையில் இறுக்கங்களையே வலியுறுத்தும் போலி மனநிலை தொடரும் சமூகம் நமது. புதியவற்றை எள்ளி நகையாடிப் புறந்தள்ளலும் தவிர்க்க இயலாநிலை ஏற்பட்டபின் வழியற்று ஒத்துக்கொள்வது போல் பாவனை செய்தலும் இங்கு நிதர்சனம்.

ஆகவேதான் அகம், புறம் என்னும் செழுமையான நமது கவிதைக் கோட்பாடு வளர்த்தெடுக்கப்படவில்லை. வறட்டுத்தன மாகப் பின்பற்றச் செய்த முயற்சி கவிதையிலிருந்து விலகிச் செல்லவே பயன்பட்டிருக்கிறது. அகம் புறம் என்பதிலிருந்து விடுபட்டுப் புதிய ஒன்றை உருவாக்கும் எத்தனங்களும் இல்லை. ஆகவே சங்கக் கவிதையின் நுட்பங்களை நெருங்கக் கிடைத்திருக்கும் கருவியைப் போல் ஒன்று அடுத்தடுத்த காலக் கவிதைகளுக்கு உருவாகவில்லை. செழுமையில் திளைப்பவர் களின் தலைமுறைகள் அனுபவித்தலில் ஈடுபட்டுச் சுய அடை யாளம் இழந்து செழுமையைத் தொலைத்துவிடுவது போல நம் மரபுக்கும் நேர்ந்துவிட்டதோ என்னவோ. பழைய வடிவங்களை உதறிவிட்டு இன்று நவீன கவிதை உருவாகியிருக்கிறது. மரபான செய்யுள் வடிவங்களில் உடைவுகளை ஏற்படுத்தியும் மீறல்களை நிகழ்த்தியும் உரிப்பொருள் விரிவாக்கத்தின் மூலமும் நவீன கவிதை தன்னை நிலைநிறுத்திக்கொண்டிருக்கிறது. ஆனால் நவீன கவிதையை அணுகுவதற்கேற்ற கருவிகள் நம்மிடம் இல்லை.

அகம் புறம் என்னும் கோட்பாடு ஒன்று மட்டுமே இன்று கவிதைக்குப் போதாது. பல்வேறு துறை சார்ந்த வளர்ச்சிகளும் முன்னேற்றங்களும் ஏற்பட்டிருக்கும் காலம் இது. ஒவ்வொரு துறையும் இன்னொன்றோடு தொடர்புகொண்டிருக்கிறது. தனித்து எதுவும் இல்லை. ஆகவே இன்று கவிதையை அணுகும் முறை பலவாக விரிவு பெற்றிருக்கிறது. கவிதை என்பது என்ன, கவிதை உருவாகும் முறைப்பாடுகள் எவை, கவிதையின் இயங்கு தளங்கள் எவை, கவிதைக்கும் வாசகருக்கும் உள்ள உறவு நிலை என்ன என்பன போன்ற பல கேள்விகளுக்கும் இன்று வெவ்வேறு கோணப் பதில்கள் கிடைக்கின்றன. அக்கோணங் கள் பற்றிய கருவி நூல்கள் நம்மிடம் இல்லை. கவிதையைத் தம் வாழ்வாகக் கருதும் இளம் கவிஞர்களுக்கும் கவிதையைக்

கற்றுக்கொள்ள நினைக்கும் வாசகர்களுக்கும் வாசிப்பதற்கெனக் கிடைப்பவை மிகச் சில உதிரிக் கட்டுரைகளும் ஒன்றிரண்டு நூல்களும் மட்டுமே. கவிதையின் பரப்புக்கு ஏற்ற வகையில் ஏராளமான கருவி நூல்களை உருவாக்கியிருக்க வேண்டிய நம் சூழல் வெறுமைகொண்டிருப்பது அவலம். இந்நிலையில்தான் ஆனந்தின் கவிதை பற்றிய கட்டுரைகள் முக்கியத்துவம் பெறுகின்றன.

ஆனந்த் சேலத்தில் மூன்றாண்டுகள் பணி நிமித்தமாக இருந்த காலத்தில் அவருடன் பேசிப் பழகும் வாய்ப்புப் பெற்றேன். வாழ்தல் பற்றியே எப்போதும் பேச்சு அமையும். வாழ்தலின் முக்கிய அம்சம் கவிதை. 'வாழ்தலின் முறைபாடும் கவிதையின் முறைபாடும் அடிப்படையில் ஒன்றாகவே இருக்கின்றன' என்று ஆனந்த் கூறுவார். மரபிலக்கியத்திலும் நல்ல ஆர்வம் கொண்டவர் அவர். முத்தொள்ளாயிரம், கலிங்கத்துப் பரணி ஆகிய நூல்களிலிருந்து அவர் எடுத்துச் சொல்லும் கவிதைகளின் விளக்கத்தைக் கேட்க எனக்கு மிகவும் பிடிக்கும். 'எலாஅ மடப்பிடியே' எனத் தொடங்கும் முத்தொள்ளாயிரப் பாடலின் அழகையும் அதற்குள் பொதிந்திருக்கும் பெண் உணர்வையும் பற்றிய ஆனந்தின் விளக்கமும் 'எலாஅ' என்னும் அளபெடையின் நீள் உச்சரிப்பும் என்னுள் தங்கிக்கிடக்கின்றன. திருமந்திரம் மதம் சார்ந்த ஒருநூல் என்னும் அளவில் மட்டுமே அறிந்துவைத்திருந்த எனக்கு அதன் விரிவை உணர்த்தியவர் ஆனந்த். கவிதையை இத்தனை அற்புதமாக விளக்க முடியும் என்பது எனக்கு வியப்பையும் நம்பிக்கையையும் கொடுத்தது. ஆனந்தின் விளக்கம் குறுகிய அளவுக்குள் நின்றுவிடாது. பெரும்பரப்புக்குள் கவிதையைத் தூக்கிப் போட்டுவிட்டு அது விரிந்து பரவும் அழகைக் காட்சிப்படுத்தும். எந்தப் பார்வையையும் அது உள்ளே தாராளமாக அனுமதிக்கும்; பொருட்படுத்தும். கவித்துவ தர்க்கத்திற்குள் அது பொருந்த வேண்டும் என்பது தான் நிபந்தனை.

சேலத்தில் இருந்தபோது என்னுடைய நூல் உட்படச் சில கவிதை நூல்களுக்கு அவர் முன்னுரை எழுதினார். குறிப்பான அக்கவிதை நூலுக்குப் பொருந்தும் அதேசமயம் கவிதைக்கான பொதுக்கருத்து ஒன்றை விவரித்துவிட்டு அதன்பின் கவிதைக்குள் செல்லும் அமைப்புமுறையை அவர் முன்னுரைகள் கொண்டிருக்கும். முதலில் அவர் விவரிக்கும் அந்தப் பொதுக்கருத்து ஆழமான விஷயமாகவும் எளிய மொழியிலும் அமையும். 'ஆழமான விஷயங்களைக் குறித்த கவிதைகள் தன்னளவில் எளிமையுடன் இருப்பது அவசியம்' என்று அவர் குறிப்பிடுவது கவிதைக்கு மட்டுமல்ல, அவரது கட்டுரைகளுக்கும் பொருந்துவதே. அவ்வாறு அவர் எழுதிய முன்னுரைகளும் கட்டுரைகளாக

எழுதிய சிலவும் இந்நூலில் உள்ளன. பொதுவாகக் கவனத்திற்கு வராது என்று நான் கருதிய எனது கவிதைகள் சிலவற்றை அவர் கண்டுணர்ந்ததோடு அவற்றை மையப்படுத்தியே முன்னுரையை அமைத்திருந்தார். கூரிய பார்வையும் ஆழ்மனம் பிடிபடும் பயிற்சியும் உடைய ஒருவர் இத்தகைய கவிதைகளை எளிதில் நெருங்க முடியும் என்று எனக்குப் புரிந்தது. அதன்பின் அவரோடு இன்னும் நெருங்கிக் கவிதை பற்றிய கற்றுக்கொள்ளலைத் தொடர்ந்தேன். ஆனந்தின் கருத்துக்களை உள்வாங்கிக் கொள்ளவும் அவற்றை என்னுள் விவாதத்திற்கு உட்படுத்திக் கொள்ளவும் முயல்கிறேன். என் அனுமானங்கள் பற்றிய பெரும் ஐயங்களோடுதான் இப்போதும் இருக்கிறேன்.

உளவியல், தத்துவம் ஆகிய துறைகள் சார்ந்தது இவரது கவிதைப் பார்வை. கவிதை என்பது ஆழ்மனத்தின் வெளிப்பாடு அல்லது கவிதையில் ஆழ்மன வெளிப்பாடு மிகுதி என்னும் கருத்தை மையமாகக்கொண்டு கவிதைகளை அணுகுகிறார். புற உலக வாழ்க்கைக்குத் தேவையான மேல்மனத்தின் பங்கு கவிதை உருவாகும் முறைபாட்டில் குறைவு. அதேபோல் கவிதை புரிகிறது, புரியவில்லை என்பதும் மேல்மனத்தின் பிரச்சினைதான். ஆழ்மனம் கவிதையை உணர்கிறது என்பதான பார்வை இவரது கட்டுரைகளில் செயல்படுகிறது. அகம், புறம் என்னும் பாகுபாட்டுப் பார்வையைக்கூட ஆனந்த் மனம் தொடர்பான கருத்துக்களிலிருந்து அணுகுகிறார். அகம், புறம் என்னும் பிரிப்பு வசதி சார்ந்த ஒன்றுதான் என்று கூறி அவை இரண்டுக்கும் உள்ள பிரிக்க முடியாத இணைப்பைப் பற்றிப் பேசுகிறார். 'ஒன்றிலிருந்து மற்றது ஒவ்வொரு கணமும் இடைவிடாமல் பிறந்துகொண்டே இருக்கிறது' என்கிறார்.

அகம் என்றால் காதல்; புறம் என்பது கொடை, வீரம், புகழ் உள்ளிட்டவை எனப் பெரிய கோடு போட்டுப் பிரித்துக் காட்டும் பழைய முறை இன்றைய காலத்திலும் தொடர்ந்து கொண்டிருக்கிறது. சமூகக் கவிதை, அகவெளிக் கவிதை எனப் பிரிக்கும் முழக்கங்களை வெகுவாகக் கேட்டுக்கொண்டிருக் கிறோம். இவை வெறும் முதிர்ச்சியின்மை அல்லது அறியாமையின் வெளிப்பாடு என முற்றிலுமாகப் புறந்தள்ளிய பார்வை ஆனந்தினுடையது. அகம், புறம் தொடர்பான கருத்துக்களை அடுத்த கட்டத்திற்கு நகர்த்துதல் அல்லது இன்றைய கவிதைக்கு ஏற்றவகையில் அவற்றை மறுபரிசீலனைக்கு உட்படுத்துதல் என்பது இதுதான்.

ஆனந்த் கவிதை பற்றிச் சொல்லும் தெறிப்புகள் மிகுந்த சிந்தனைக்குரியவை. 'கவிதையின் அடிப்படை மொழிக்கு முந்தைய பார்வை' என்று ஓரிடத்தில் சொல்கிறார். மொழி

யாலானது கவிதை என்றும் கவிதைமொழி என்றும் பேசுகிறோம். ஆனால் மொழிக்கு முந்தைய பார்வை என்று சொல்வது மிகப் புதிது. மொழி உருவாகும்முன் வாழ்ந்த மனிதனுக்கும் ஒவ்வொன்றைப் பற்றியும் ஒரு பார்வை இருந்திருக்கும் என்பது புரிந்து அது என்ன என்னும் விசாரத்துள் மனம் சென்றுவிடு கிறது. அந்தப் பார்வை மொழியில்லாமல் என்ன வகையில் உருவாகியிருக்கும் அல்லது வெளிப்பாடு கொண்டிருக்கும் என்று யோசிக்கும்போது மொழியற்ற காலத்தில் நிலைகொள்ள நேர்கிறது. மொழிக்கு முந்தைய பார்வை எப்படிக் கவிதைக்கு அடிப்படையாகும், அது எப்படி அனுபவத் தளத்தை அடைகிறது என ஆனந்த் விவரிக்கிறார். போகிறபோக்கில் சொல்லிவிட்டுக் கடந்து செல்லுதல் ஆனந்திடம் இல்லை. அதனை உளம் கொள்ளும்வகையில் விளக்கவும் செய்வார்.

இத்தொகுப்பில் உள்ள கட்டுரை ஒன்றின் தலைப்பு 'கவிதை என்னும் வாள்வீச்சு'. கவிதையை வாள் என்று சொல்லக் கேட்டிருக்கிறேன். கவிதை வாளால் சமூகக் கொடுமைகளை வெட்டித் தள்ளும் கவிஞர்கள் உண்டு. அந்த வாளும் ஆனந்த் சொல்வதும் ஒன்றல்ல. கவிதை வாளல்ல; வாள்வீச்சு. கவிஞ னின் மனம் வாள். கவிதை வாள்வீச்சு. வாளைப் பிடித்து நிறுத்திவிடலாம். வாள்வீச்சைப் பிடித்து நிறுத்திவிட முடியாது. மறுபடி வாளை வீசலாம். ஆனால் அது வேறொரு புதிய வீச்சு என விவரிப்பு செல்கிறது. கவிதையை இயங்குதலோடு தொடர்பு படுத்தும் இந்தப் பார்வை எனக்குப் பிடித்திருக்கிறது. கவிதையை வாள் என்று சொன்னால் வாள் உறைக்குள் கிடக்கும் பொழுது தான் அதிகம். அதில் இயங்காத்தன்மை மிகுதி. ஆனால் வாள் வீச்சு என்பதில் கணந்தோறும் புதுமைகொள்ளும் இயக்கமும் ஒருவித மயக்கம் தரும் பிரமிப்பும் இருக்கின்றன. கவிதையை வாள்வீச்சு என்று சொல்வது மிகவும் பொருத்தமாக இருக் கிறது.

'கவிதை வெறும் சொற்களோடு விளையாடும் விளையாட் டல்ல' என்று ஓரிடத்தில் கூறுகின்றார். கவிதை என்பது சொல் விளையாட்டுத்தான் என்பதற்கு நம் மரபிலும் பல சான்றுகள் உள்ளன. சிலேடை, யமகம், மடக்கு, சித்திரக்கவி என்பவை அப்படியானவை. இன்றைய மொழியியல் சார்ந்த கவிதைக் கோட்பாடுகள் 'சொல் விளையாட்டுத்தான் கவிதை' என்று கறாராக வரையறுக்கவும் செய்கின்றன. 'கண்டனன் கற்பினுக் கணியைக் கண்களால்' என்னும் தொடர் சொற்களை முறை மாற்றுவதாலேயே கவிதை ஆகிறது என்று இத்தகைய கோட் பாடுகள் கூறும். 'கற்பினுக்கணியைக் கண்களால் கண்டனன்' என்றிருந்தால் அது கவிதையல்ல. 'எலாஅ மடப்பிடியே' என்னும் முத்தொள்ளாயிரப் பாடலில் வரும் 'பெண்மை'

என்னும் சொல்தான் அதைக் கவிதையாக்குகிறது. அந்தச் சொல்லை விளக்குவதற்காகத்தான் முன்னும்பின்னுமாகப் பல சொற்கள் நிற்கின்றன. இப்படிக் கவிதை என்று கருதப் படும் ஒவ்வொன்றிலும் ஏதாவது ஒருவகையில் சொல்விளை யாட்டு இருக்கும் என்பது மொழியியல் சார்ந்த கவிதைக் கோட் பாடுகளின் நிலைப்பாடு.

ஆனால் கவிதை சொல் விளையாட்டல்ல எனக் கூறும் ஆனந்த் அக்கருத்தை உவமை மூலம் விளக்கிக்காட்டுகிறார். அகத்தைக் கானகமாக்குகின்றார். இருள் நிறைந்த கானகம்; அங்கே அலைந்துகொண்டிருக்கும் வலிய விலங்குகள்; மண்டிய புதர்கள்; கட்டற்று ஓடும் காட்டாறுகள். அதற்குள் நுழையும் ஒருவன் கானகத்தோடு போரிட வேண்டிய சூழலுக்கு ஆட்படு கிறான். போரை முடிக்காமல் அவன் வெளியேற முடியாது. அந்தப் போரில் அயர்ந்துவிடாமல் உள்ளேயிருந்து தொடர்ந்து எழும் சவால்களை எதிர்கொண்டு நிற்பவர்களுக்குக் கடைசியில் வெற்றி கிட்டுகிறது. அதுதான் கவிதை. சொல் விளையாட்டு என்னும் பார்வையின் வறட்சியைக் கவிதை உருவாகும் இத் தகைய முறைபாட்டு விளக்கங்கள் பின்தள்ளிவிடுகின்றன. மனித சமூகம் உருவாக்கியிருக்கும் 'பெண்மை' என்பதை அஃறிணை யாகிய யானைக்கு ஏற்றுவதன் மூலம் பெண்ணொருத்தியின் உணர்வைப் பிடித்துவிடும் கவிஞன் அதற்கு அகக் கானகத்தில் போரிட வேண்டியிருந்திருக்கும் நிலையை அனுபவமாக்கிப் பார்க்கலாம்.

'கவிதை, மனத்தைக் கட்டவிழச் செய்கிறது; கவிஞனின் மனம் கட்டவிழும்போது கவிதை பிறக்கிறது' என்பதை ஒரு கட்டுரையின் தொடக்கமாக ஆனந்த் வைத்து அதனை விவரிக் கிறார். கவிதை என்னும் சூட்சுமத்தை விளக்க அதற்கேற்ற வகையிலான சூட்சும விவரிப்புகளே உதவும். கட்டவிழ்தல் என்னும் சொல் பலவிதமான தளங்களுக்கு விரியக்கூடியது. மொட்டு கட்டவிழ்ந்து மலராக விரியும் தன்மையைப் புற அளவில் கண்டுணரலாம். மனம் எப்படிக் கட்டவிழும்? ஆதி மனித மனம் இயல்பாகவே கட்டவிழ்ந்துதான் இருந்திருக்கக் கூடும். சமூக மனித மனம் கொஞ்சம்கொஞ்சமாக இறுகி இன்று கான்கிரீட் சுவர் போல் கெட்டிப்பட்டுக் கிடக்கிறது. அந்த ஆதியுணர்வை மனிதன் பெறக் கவிதை உதவுகிறது. 'மனக்கட்டுகள் குடும்பத்தால், சமூகத்தால், மொழியால், படிப்பால், உணவால், தட்பவெப்ப நிலையால், சூழ்நிலையால், காலத்தால் அமைகின்றன.' இவற்றிலிருந்து விடுபட்டு மனம் கட்டவிழும்போது சுயம் விடுதலையையும் நேரடியான சுய அனுபவத்தையும் அடைகிறது. மனக் கட்டவிழ்தலுக்கும் கவிதைக்கும் உள்ள உறவு குறித்த இப்பகுதி விளக்கம்

கவிதைப் பிறப்பு குறித்தும் அதன் செயல்பாடு குறித்துமான செறிவான விளக்கம் கொண்ட பகுதி.

வேறோரிடத்தில் ‘சொன்னதும் சொல்லப்படாததும் சேர்ந்ததுதான் கவிதை’ என்று எழுதுகின்றார். கவிதைக்கும் அகத்துக்கும் அதாவது ஆழ்மனத்துக்கும் உள்ள தொடர்பு பற்றிப் பேசுவது வாசகரைக் கவனத்தில் கொள்ளாத பார்வை என விமர்சிப்பவருண்டு. அது மேலோட்டமான அபிப்ராயம். சொன்னதைக் கவிஞனும் சொல்லப்படாததை வாசகனும் பங்களித்துக் கவிதைக்கு முழுமை தருகிறார்கள் என்று ஆனந்த் சொல்லும் போது வாசகருக்குக் கவிஞனுக்கு நிகரான முக்கியத்துவம் கிடைக்கிறது. ஆனந்த் தன் கட்டுரை எதிலுமே வாசகரைக் குறைத்து மதிப்பிடுவதோ வாசகரைக் கவனத்தில் கொள்ளாமல் விட்டுவிடுவதோ இல்லை. கவிதை உருவாவதில் கவிஞனுக்குள்ள பங்களிப்பு எத்தனை முக்கியத்துவம் வாய்ந்ததோ கவிதை பொருள்படுவதில் வாசகனின் பங்களிப்பு அதே அளவு முக்கியத்துவம் வாய்ந்தது என்பதை அவர் எல்லா இடத்திலும் வலியுறுத்துகிறார். கவிஞனைவிடவும் வாசகனுக்குக் கூடுதல் முக்கியத்துவம் உண்டு என்பது இன்னும் பொருத்தமாக இருக்கும். மாறிக்கொண்டே இருக்கும் ஜாலமாகக் கவிதை விளங்குவதற்குக் காரணம் வாசகப் பங்களிப்பு என்னும் கருத்தை வெவ்வேறு சொற்களில் அவர் பல இடங்களில் கவனப்படுத்திக்கொண்டேயிருக்கிறார்.

காலப் பிரக்ஞை பற்றிக் குறிப்பிடும்போது புறவெளிக் காலம், அகவெளிக் காலம் எனப் பிரித்து அவை கவிதையில் செயல்படும் முறையை விளக்குகின்றார். காலம் என்பது அறிவியல்பூர்வமான ஆராய்ச்சி சார்ந்த ஒன்று மட்டுமல்ல, கலையிலும் அவ்வுணர்வு செயல்படுகின்றது. கவிஞன் காலப் பிரக்ஞை கொண்டவனாக இல்லாவிட்டாலும்கூடக் கவிதையில் அவ்வுணர்வு இயங்கவே செய்யும். கவிதை சுயம்புவாகத் தன்னை நிலைநிறுத்திக்கொள்ளும் இடம் அதுதான். ஆனால் கால உணர்வுகொண்ட கவிஞர்களின் கவிதை பெறும் கூடுதல் விரிவை ஆனந்த் கட்டுரை வழியாக அறிய முடிகிறது. பிரமிளின் கவிதையில் வரும் ‘இடமற்ற மனோவேளை’ என்பதன் பரப்பை அகவெளிக் காலம் வழியாகத் தரும் ஆனந்தின் விளக்கம் தெளிவாக்குகின்றது. கால உணர்வு என்னும் கருத்தின் வழியாக அணுகும்போது பல கவிதைகள் துலக்கம் பெறுகின்றன. ஏற்கெனவே நமக்குத் தெளிவாக இருக்கும் பல கவிதைகளை வெவ்வேறு தளங்களுக்குக் கொண்டுசென்று பொருள்கொள்ள இந்தப் பார்வை தூண்டுகின்றது.

‘உலகின் முதல் நாளில் ஒருநுனியும் கடைசி நாளில் மறுநுனியும் கட்டி சேலை காயவைக்கும் பெண்ணைக்

கண்டேன்' என்னும் தேவதச்சனின் கவிதை வரிக்குக் கண்மா யின் நீரலைப் பரப்பைப் பற்றிக் கற்பனை செய்து பார்க்க வாகாகும் சிறந்த வருணனை எனப் பொருள்கொண்டிருந் தேன். அது தவறல்ல. அதேசமயம் போதுமானதல்ல. கால உணர்வோடு எழுதப்பட்ட கவிதை அது. கால உணர்வு என்னும் கருத்தோடு இந்த வரிகளைக் காணும்போது காலம் என்னும் வெளியில் சேலை காயப்போடும் பெண்ணைக் கற்பனை செய்துகொள்ள வேண்டி நேர்கிறது. காலத்தை வெளி யாகக் காண்பதும் உலகின் முதல் நாள், கடைசி நாள் ஆகிய வற்றை மனத்திற்குக் கொண்டுவருவதும் சேலை காயவைக் கும் பெண்ணின் உருவத்தைக் காட்சியாக்குவதும் எனப் பல வாக விரிகின்றன காட்சிகள்.

தமிழில் நிலவும் கவிதை தொடர்பான மேலோட்டமான அணுகுமுறைகளைப் பற்றி அங்கங்கே கருத்துரீதியான விமர் சனங்களை நுட்பமாக முன்வைத்துச்செல்வதும் ஆனந்தின் பாணி. வரிந்து கட்டிச் சண்டைக்கு இழுக்கும் தொனியின்றி எதையும் கருத்து சார்ந்து எதிர்கொள்வதும் அவ்வாறே எதிர் கொள்ள வைப்பதும் சிந்தனையுலகிற்கு இன்றியமையாதவை. 'கவிதைகளையோ கதையையோ படிக்கும்போது விமரிசனப் பார்வையுடனேயே படிப்பது என்பது இப்போது ஒரு வழக்கமாகி விட்டது. படிப்பதை அனுபவம் கொள்வது என்பது இப்போது பத்தாம்பசலித்தனம் என்று ஆகிவிட்டது' என்கிறார். கவிதையை எதிர்கொள்ளல் தொடர்பாக நிலவும் அணுகுமுறை மீதான விமர்சனமும் எவ்விதம் எதிர்கொள்வது என்பது தொடர்பான வழிகாட்டலும் கொண்ட கருத்து இது. இன்னோரிடத்தில் 'கவிதையை எதிர்கொள்வது வாழ்வில் முக்கியமானதொரு அனுபவத்தை எதிர்கொள்வதற்கு ஒப்பானதாகும்' என்கிறார்.

பல்வேறு சந்தர்ப்பங்களில் எழுதப்பட்ட இக்கட்டுரைகள் இப்படிக் கவிதையை அணுகுவதற்கேற்ற பல கருத்துக்களை வழங்குகின்றன. தெறிப்புகளாக வரும் ஓரிரு தொடர்களா கட்டும் விவரிப்புகளாக இடம்பெறும் பகுதிகளாகட்டும் அனைத்தும் கவிதை தொடர்பான திறப்புகளை வழங்குவன வாக இருக்கின்றன. ஆனந்த் பேசும் பல்வேறு விஷயங்கள் எளிய மொழியில் இருப்பினும் அவற்றின் ஆழம் காரணமாகத் திரும்பத்திரும்ப வாசிக்க வைக்கின்றன. இதுபோலக் கவிதையை விளக்கினால் கவிதை விளக்கப்படுவதற்கு உரியது தான் என்று ஏற்றுக்கொள்வதில் சிக்கல் எதுவுமில்லை. ஆகவே இது கருவிநூல் என்னும் தகுதியைப் பெறும் தன்மையுடைய தாகிறது.

இத்தன்மை ஆனந்திடம் நம் எதிர்பார்ப்பைத் தூண்டு கிறது. தெறிப்புகளாகவும் விவரிப்புகளாகவும் உள்ள கருத்துக் களைக் கவிதை பற்றிய கோட்பாடாக வளர்த்தெடுக்க வேண்டும் என்பது அந்த எதிர்பார்ப்பு. தொல்காப்பியத்தின் பொரு ளதிகாரம் தமிழ்க் கவிதைக் கோட்பாடு. அதன்பின் அணியிலக் கணம் போன்றவற்றில் சிற்சில முயற்சிகள் நடந்திருக்கின் றனவே தவிரத் தமிழ்க் கவிதைக் கோட்பாடு வளர்த்தெடுக்கப் படவில்லை. நவீனக் கவிதையாளர்கள் தொல்காப்பியக் கோட் பாடுகளையோ சமஸ்கிருதக் கவிதைக் கோட்பாடுகளையோ பெய்து கவிதைகளை விளக்குகின்றனர். அல்லது மேலைக் கோட்பாடுகளைப் பின்பற்றித் தமிழ்க் கவிதையை விளக்க முனைகின்றனர். கவிதையில் நெடும் பாரம்பரியம் கொண்ட செம்மொழியாளர்களாகிய நம் சமகாலக் கவிதைக் கோட்பாடு என்று எதுவும் இல்லை. நம் மரபான கவிதைக் கோட்பாடு களையும் மேலைக் கோட்பாடுகளையும் அறிந்து சுயமான கவிதைக் கோட்பாடு ஒன்றை நோக்கி நகரும் முயற்சி நம்மிடம் இல்லை.

அதனால்தான் கவிதை பற்றிய கருவிநூல்கள் அற்றவர் களாக உள்ளோம். இத்தனை நீண்ட கவிதை மரபு கொண்ட எந்த மொழியும் இத்தகைய கோட்பாட்டு வறட்சி கொண்டிருக் காது என்றே நினைக்கிறேன். இதைப் போக்குவதற்கு ஆனந்த் போன்றவர்கள் முன்கை எடுக்க வேண்டும். அதற்குரிய திறன் ஆனந்திடம் உள்ளது என்பதற்கு இக்கட்டுரைகளே சான்று. சில கவிதை வரிகளை உருவிப் போட்டு அவ்வரிகளின் கருத்தையே முன்பின்னாகக் கோத்து எழுதப்படும் மதிப்புரைத் தன்மை கொண்டவை அல்ல இவை. சம்பிரதாயமாகப் புகழ்ந்து எழுதினால் அன்றி நூலில் இடம்பெற இயலாத மரபான அணிந்துரைகளும் அல்ல இவை. ஏதாவது கவிதை நூல் ஒன்றை முன்வைத்துக் கவிதை பற்றிச் சிந்திக்கும் பொதுமை கொண்டவை இக்கட்டுரைகள்.

சரியெனத் தான் நம்பி ஏற்கெனவே விசுவாசம் கொண்டு விட்ட ஏதாவது ஒரு கருத்தை வலிந்து பொருத்தி அதற்கேற்ற வாறு கவிதையை முடக்கும் வேலை ஆனந்திடம் இல்லை. கவிதை நூல் ஒன்றை முழுவதுமாக வாசிக்கிறார். அக்கவிஞ ரின் பிறநூல் கவிதைகளிலும் பரிச்சயம் பெற்றிருக்கிறார். அக்கவிதைகளின் பொதுத்தன்மைகளைத் திரட்டி அவற்றின் மூலம் கவிதை பற்றிய பொதுக்கருத்து ஒன்றிற்கு வருகிறார். அல்லது தான் வாசித்த பல கவிதைகளிலிருந்து பொதுக்கூறு ஒன்றைத் திரட்டி அதனை விளக்கும்முகமாகக் கட்டுரை எழுது

கிறார். அவரது பரந்த வாசிப்பு அனுபவங்களும் அவற்றைத் தன்வயமாக்கிச் சுயமான கருத்துக்கு வந்துசேரும் சிந்தனை முறையும் இதற்கு உதவுகின்றன. கோட்பாட்டை நோக்கிச் செல்வதற்கான முறைபாடு இது. 'இலக்கியம் கண்டற்கு இலக்கணம் இயம்பல்' இதுதான்.

21.09.09 பெருமாள்முருகன்

என்னுரை

கவிதை என்னும் வனம்

கவிதை என்னும் வனத்தினுள் நான் அறியா மலேயே நுழைந்துவிட்டேன். வேலியில்லாத, கதவு இல்லாத வனம். நுழைந்தது தெரியவில்லை. அதன் அடர்த்தியும் உள்ளே ஓடும் காட்டாறுகளும் சிற்றாறு களும் அற்புதவெளிகளும் அழகிய விலங்குகளும் மரங் களும் மலர்களும் கனிகளும் என்னை ஈர்த்து இந்த வனத்தின் ஆழங்களுக்குள் இவ்வளவு தூரம் இட்டுச் சென்றுவிடும் என்று நான் அப்போது அறியவில்லை. கவிதை வாசிப்பது, எழுதுவது என்பதோடு மட்டும் நில்லாமல் கவிதையின் முறைபாடு பற்றிய சிந்தனையும் என்னை, என் அகத்தை உருமாற்றிவிடும் என்று நான் அறிந்திருக்கவில்லை.

கவிதை பற்றிய சிந்தனை அகப்பயணத்தின் பாதை யாகவும் இருந்துவந்திருக்கிறது. நான் தொடர்ந்து என்னைப் பார்த்துக்கொள்ளும் நிலைக்கண்ணாடியாக இருக்கிறது கவிதை. சிறு வயதில் நான் நீளமாக முடி வளர்த்துக்கொண்டிருந்தபோது அவ்வாறு எனக்கு என்னைக் காட்டியது. இப்போது தலை நரை கண்டு இருக்கும்போது உள்ளது உள்ளபடி கவிதை என்னை எனக்குக் காட்டுகிறது.

கவிதை என் பயணத்தில் எனக்கு நண்பனாக, ஆசானாக, துணையாக, வழிகாட்டியாக, பாதையின் ஒளியாக இருந்துவந்திருக்கிறது. சில நேரம் கைபிடித்து அழைத்துப்போயிருக்கிறது. சில சமயம் கையைப் பிடித்து இழுத்துப்போய்ப் புதிய இடங்களில் விட்டு வேடிக்கை பார்த்திருக்கிறது. அது என்னை நிராதரவாக விட்டுவிட்டது என்று எண்ணிய காலங்களில்கூட அது எனக்குத் தெரியாமல் பின்னால் இருந்துகொண்டுதான் இருந்திருக்கிறது என்பது பின்னர் தெரியவந்திருக்கிறது.

என் அகத்தில் நிறைந்திருக்கும் இருளுக்குள் அழைத்துச் சென்று, ஒளி சேர்த்து, அங்கே இருப்பதைக் காட்டித் தந்து புதிய பாதைகளைக் கவிதை திறந்துவைத்திருக்கிறது. உள்ளே விரிந்திருக்கும் நீர்நிலைகளின் ஆழத்துக்குள் மூச்சுத் திணறக் கூட்டிக்கொண்டுபோய் அங்கே வசிக்கும் பரிச்சயமற்ற தாவரங் களையும் பிற உயிர்களையும் எனக்கு அறிமுகப்படுத்தியிருக் கிறது. நான் அறியாத என்னை எனக்குக் காட்டித் தருவதில் அதற்குத்தான் என்ன உற்சாகம்!

நிச்சயத்துக்கும் நிச்சயமின்மைக்கும் இடையே ஊஞ்சல் கட்டி விளையாட்டுக் காட்டிக்கொண்டு, புதிய உயரங்களையும் புதிய ஆழங்களையும் வெளிச்சத்துக்குக் கொண்டுவந்திருக் கிறது கவிதை.

கவிதையுடனான பயணம் எப்போதும் சுவாரசியமாக இருந்தது என்பது உண்மையானாலும் முழுவதும் இன்பமாக இருந்தது என்று சொல்ல முடியாது. அந்தப் பயணத்தின் பாதையில் ஒரு தளத்தில் வலியும் துயரமும் வேதனையும் அலைச்சலும் அல்லலும் அலைக்கழிப்பும் ஊசலாட்டமும் இருளும் நிழலும் நிறைந்திருந்தாலும் மறுபுறம் உற்சாகம், ஒளிவிரிதல், விடுதலையுணர்வு, விடுபடல், சந்தோஷம், வலிமையுணர்வு, எழுச்சி, மென்னுணர்வு, அகவிரிவு, ஆறுதல் போன்ற ஆசுவாசம் அளிக்கும் உணர்வுகளும் நிறைந்திருந்தன.

கவிதை பற்றிய சிந்தனை ஒருவிதத்தில் என் பிரக்ஞை பற்றிய சிந்தனையாக, வாழ்தலைப் பற்றிய சிந்தனையாக, சுயம் பற்றிய சிந்தனையாக இருந்துவந்திருக்கிறது. அகழ் வாராய்ச்சியின் தன்மையைக் கொண்டிருக்கிறது அது. தனி மனத் தளங்களை பரிசீலித்துக் கடந்து, கூட்டுப் பிரக்ஞையின் ஆழங்களில் மனிதத்துக்கே பொதுவான தளங்களின் உசாவ லாகக் கவிதை தொடர்பான சிந்தனை பரிமளித்திருக்கிறது. ஒளியும் நிழலும் கலந்து இயங்கும் வாழ்வனுபவ வெளியின் இயக்கத்தில் பங்குகொள்வதில் கவிதை எனக்கு உறுதுணை யாக இருந்துவருகிறது. பிரக்ஞையின் உள்ளமைப்பைப் வெளிச்சம் போட்டுத் திறந்துகாட்டிவந்திருக்கிறது கவிதை.

அனைத்துக் காலங்களிலும் உள்ள என் சக கவிஞர்கள் எனக்களித்த, அளித்துவரும் வரம் அது. அவர்களது கவிதை பல தளங்களையும் பல நிலைகளையும் பல கோணங்களை யும் திறந்துகாட்டிப் புரியவைத்து, பன்முகப் படிமமாக ஒளிர் கிறது.

இது தவிரக் கிட்டத்தட்ட நாற்பது ஆண்டுகளாக என்னுடன் கவிதை தொடர்பான சிந்தனைகளிலும் விவாதங்களிலும்

பங்கெடுத்துவரும் பல நண்பர்களின் கருத்துக்களும் எனக்குள் கலந்திருக்கின்றன.

எனக்குள் என்னுடன் அவர்கள் அனைவரும் இருக்கிறார்கள். அவர்களுக்கு என் நன்றி. சீரிய முன்னுரை எழுதித் தந்த பெருமாள்முருகனுக்கு என் நன்றி. *காலச்சுவடு* கண்ணன் எனக்கு அளித்துவரும் ஆதரவுக்கு மனமார்ந்த நன்றி. அட்டை ஓவியம் கொடுத்த பாரதிக்கு நன்றி. அட்டை வடிவமைத்துக் கொடுத்த ஆகாஷுக்கு நன்றி.

சென்னை
10.11.2009

ஆனந்த்

1

நவீன கவிதையில் காலப் பிரக்ஞை

காலப் பிரக்ஞை வாழ்வனுபவத்தின் பல தளங்களிலும் பல நிலைகளிலும் பல்வேறு விதங்களில் செயல்படுகிறது. ஆழமானதொரு கோணத்தில் வாழ்வனுபவம் என்பதே காலப் பிரக்ஞைதான் என்று கூடச் சொல்லி விடலாம். அந்த அளவில், காலப் பிரக்ஞை இழையாத அனுபவம் என்பது கிடையாது.

கவிதையின் சாரம், அடிப்படை, அனுபவமாக இருக்கும் காரணத்தால், காலப் பிரக்ஞை இழையாத கவிதை என்று எதுவும் இல்லை என்று சொல்வது தவறாகாது. இந்த அடிப்படையை விட்டுவிடாமல், காலப் பிரக்ஞை என்பது அனுபவத்தின் வெவ்வேறு தளங்களில் எவ்வாறு இயங்குகிறது என்று நாம் பார்க்க முடியும்.

ஒரு பொருள் இருக்கிறது என்றாலே அது கால நீட்சியின் நிரூபணம். ஒரு கணம் கூட – ஒரு நொடியின் மிகச் சிறிய பகுதிக்காவது – யாரோ ஒருவருடைய பிரக்ஞையில் நீட்சிகொள்ளாத பொருள் எதுவுமில்லை. கால நீட்சியற்ற உடனடிப் பொருள் என்று எதுவும் கிடையாது. எந்த இருப்பும் யாரோ ஒருவருடைய பிரக்ஞையில்தான் நிலைக்க முடியும்.

'நான்' என்று ஒருவர் தன்னை அடையாளம் கண்டு கொள்ளும் கணத்திலேயே காலப் பிரக்ஞை தோன்றி விடுகிறது. மனம் என்னும் தளத்தில் 'நான்' என்கிற அடையாளம்கொள்ளாமல் அறிவுணர்வுப் படலமாக, தனிச்சுயப் பிரக்ஞைக்கு முன்னாலும் அப்பாலும் நிலைத்து விரியும் சுய வெளியில்தான் 'காலம்' என்னும் ஓட்டம் இருப்பதில்லை. அந்நிலையில் காலம், வெளி

என்னும் அம்சத்திலிருந்து பிரியாமல் 'வெளி' என்னும் தன்மை யுடன் ஒன்றிணைந்து நிற்கிறது.

மனம் இயங்கும் வாழ்வனுபவத்தில், மனித அனுபவத்தின் அடிப்படையாக, அதன் ஊடும் பாவுமாகப் பரந்திருப்பது காலமும் வெளியும். காலமும் வெளியும் ஒரே பொருளின் இரு வேறு அம்சங்களாக இருக்கின்றன. பிரக்ஞை, அது சார்ந்த மனம், இவற்றின் உள்ளமைப்பிலேயே கால – வெளி ஊடுருவி நிற்கிறது. மன அனுபவத்தின் ஒவ்வொரு தளத்திலும் அது ஒவ்வொரு விதமாகச் செயல்படுகிறது.

மனித மனம் வெளிமுகமாகவும் உள்முகமாகவும் அனுப வத்தை எதிர்கொள்கிறது. வெளிமுகமாக அனுபவம்கொள்ளும் போது 'உலகம்' என்பது சுயநிர்ணயம் கொண்ட, புறவயமான சுயநீட்சிகொண்டதாக இருக்கிறது. அங்குதான் அனைத்து நிகழ்வுகளும் நிகழ்ந்து செல்கின்றன. சமூகம், மதம், இனம், மொழி, தேசம், வயது, பாலினம் அனைத்தும் அங்குதான் உண்மையென இருப்புக்கொள்கின்றன. உள்முகமான எதிர் கொள்ளலில் மனமும் உலகமும் வெவ்வேறானவை என்னும் தோற்றத்தை விடுத்து ஒற்றையொரு அனுபவமாக அகவெளியில் நிலைகொள்கிறது. உலகம் அகவெளியில் அடங்கும் மன அனுபவமாகத் தெரிகிறது.

இந்த இரண்டு கண்ணோட்டங்களுமே உண்மையானவை தான். இரண்டும் ஒரே இயக்கத்தின் இரு அசைவுகள்தான். பொதுவாக சராசரிப் பொதுமனம் புறவயமான நகர்வை, எதிர்கொள்ளலை, அறிந்து நிலைப்படுத்திக் கொண்டுள்ள அளவுக்கு அகவயமான நகர்வை இன்னும் அறிந்துகொள்ள வில்லை என்பதுதான் உண்மை. இதற்குப் பல காரணங்கள் உண்டு. ஒன்று, அகவயமான நகர்தல் அனைவருக்கும் ஒவ்வொரு கணமும் நிகழ்ந்த போதிலும் அதன் வேகம் அதிகமானது. கண்மூடித் திறக்கும் கணப் பிளவில் அந்த அசைவு நிகழ்ந்து முடிந்து விடுகிறது. அதனால் கவனம் அதில் நிலைக்க முடிவ தில்லை.

காலப் பிரக்ஞை என்பது புறவயமானதாக, உலகின் அசைவுகள், மாற்றங்கள் சார்ந்ததாகத் தெரிவதற்கு இது ஒரு முக்கிய காரணம். உதாரணமாக சாலையில் ஒரு சைக்கிள் செல்கிறது. முதலில் பின்னணிக் காட்சியில் ஒரு இடத்தில் தெரிந்த சைக்கிள் மறுபடி சற்றுத் தள்ளி வேறொரு இடத்தில் தெரியும்போது, அந்த இடமாற்றம் காலம் கடந்திருப்பதற்கு அத்தாட்சியாக இருக்கிறது. நகரும் எந்த ஒரு பொருளும் சூரியனோ சந்திரனோ, எதுவுமே தன் நகர்தலில் காலத்தைக் காட்டிக்கொண்டு போகிறது. ஒன்றும் நிகழாத ஒரு உலகில்

கால ஓட்டம் இல்லை. அனைத்தும் நிகழும் புறவய உலகம் காலத்தின் வெளிப்பாடாகத் தெரிவது இந்தக் காரணத்தினால் தான். மறுபுறம் உள்வயமான நகர்வை நிலைப்படுத்த முடியாது என்றில்லை. அது கவனம் தொடர்பான விஷயம் என்பதால் அது பற்றிச் சிறிது பேசியாக வேண்டும்.

கவனம் மனத்தின் புறவய – அகவய நகர்வுக்கு அப்பாற் பட்டது. இப்போது பொதுவாக கவனம் பெருமளவுக்கு புறவய நகர்வில் நிலைகொண்டுள்ள மனப்பாங்கில் இயங்கி வருகிறது. இந்த நிலையில் சுய கவனம் – அதாவது கவனம் தன்மீதே கவனம் கொள்வது – என்பது மிகவும் குறைந்த அளவிலும் ஆழமற்றும் இயங்குகிறது. கவனம் தன்மீதே திரும்பி சுய கவனமாக விழித்துக்கொள்ளும்போது மனத்தின் அகவயமான நகர்தலிலும் கவனம் நிலைகொள்ள முடியும். அப்போது அகவயமான நகர்தலின் வேகம் குறைந்து, காலத்தின் வேகம் குறைவதான அனுபவம் ஏற்பட முடியும். முழுமையான சுய கவனம் என்னும் நிலையில் கவனம் மன அசைவுகளிலிருந்து முற்றிலுமாக விடுபட்டு, தனக்குள் உள்வாங்கி, தன்னில்தான் நிலைக்கிறது. அந்த சுய கவன நிலைப்பில் காலம் முற்றிலும் நின்றுபோவதான அனுபவம் ஏற்படுகிறது.

மனத்தின் புறவய – அகவய அசைவுகளில் அனுபவம் பல தளங்களிலும் பல நிலைகளிலும் செயல்படுகிறது. ஒவ் வொரு தளத்திலும் நிலையிலும் காலம் வெவ்வேறு வேகங் களில், கதியில் இயங்குகிறது. முழுமையாக புறவெளியில் நிலைகொண்ட கவனத்திலிருந்து, முற்றிலும் அகவெளியில் நிலைகொள்ளும் கவனம் வரை கால கதி வேகம் அதிகரித்தும் குறைந்தும் அனுபவமாகிறது. வாழ்வனுபவம் அனைவருக்கும் இந்த இரண்டு எல்லைகளுக்கிடையிலும்தான் நிகழ்ந்து செல் கிறது. அந்தந்த அனுபவத்திற்கேற்ப கால உணர்வும் வெவ்வேறு கதியில் உணரப்படுகிறது.

கலைமனம் பொதுமனத்திலிருந்து அடிப்படையில் வேறானதல்ல. கலையூக்கம் இயங்கும் தருணங்களில் கலை மனம் பொதுமனப் பிரக்ஞையின் மையத்திலிருந்து விடுபட்டு இன்னும் ஆழமான பிரக்ஞை மையம் ஒன்றிலிருந்து இயங்கு கிறது. பிரக்ஞையின் வெவ்வேறு தளங்களில் கால உணர்வு வெவ்வேறு விதமாக அனுபவம்கொள்ளும் காரணத்தால், கலைமனம் கால உணர்வு என்னும் பிரிகையின் வெவ்வேறு கதிகளில், நிலைகளில் அனுபவம்கொள்கிறது. இம்மாதிரியான அனுபவங்கள், கவிதை, கதை, ஓவியம், சிற்பம், நடனம், இசை என்று பல கலையுருவங்கள் வழியாக உருக்கொண்டு வெளிப் பட முடியும்.

விரிவானதொரு கண்ணோட்டத்தில் பார்க்கும்போது 'காலப் பிரக்ஞை' என்பது இயங்காத கவிதை என்று ஒன்று கிடையாது என்றே சொல்லலாம். கால உணர்வு, அதன் அனுபவம், பிரக்ஞைபூர்வமாக, அதற்கான படிமங்கள், சொல்லாட்சி போன்றவைகளை மேற்கொண்டு கவிதையில் பிரதிபலிப்பதையே கவிதையில் காலப் பிரக்ஞை இருப்பதாகக் கொள்கிறோம்.

ஒரு கவிதையில் காலப் பிரக்ஞை இருப்பதும் இல்லாத தும் அந்தக் கவிதையின் பெறுமானத்தை நிர்ணயிக்கும் அளவை அல்ல என்பது தெளிவாகப் புரிய வேண்டும். மறுபுறம், பல கவிதைகளில் 'காலம்', 'காலாதீதம்' என்னும் சொற்கள் சற்றும் ஆழமின்றி, பொருளும் சூழமைப்பும் இல்லாமல் பயன்படுத்தப் படுகின்றன. இந்தப் பின்னணியில்தான் கவிதையில் காலப் பிரக்ஞை குறித்து நாம் பேச முடியும்.

காலம் என்னும் கருத்து ஒரு பன்முகப் படிகம்போல் பல கோணங்களில் அனுபவமாகிறது. காத்திருத்தல், எதிர் பார்ப்பு, ஏக்கம், பிரிவாற்றாமை, நடந்தது பற்றிய துயரம், வேதனை, தற்கண சந்தோஷம் அல்லது வலி, சுய தொடர்ச்சி குறித்த மன நகர்வு என்பவை போன்ற மன நிலைகள், கால அனுபவத்தை வெவ்வேறு விதங்களில் காட்டுகிறது. சந்தோஷம் காலத்தை லேசானதாகவும் வேகமானதாகவும், துயரம் அதை மிகவும் கனமானதாகவும் மந்தகதி கொண்ட தாகவும் காட்டுகிறது.

பிரபஞ்சம் பற்றிய பார்வையில் காலவெளி பெருநீட்சி கொண்டதாகத் தோற்றம்கொள்கிறது. பிரமீளின் சில கவிதை வரிகளை இங்கு பார்ப்போம்.

> நேற்று நேற்று என்று
> இறந்த யுகங்களில்
> என்றோ ஒரு நாள் அவிந்த
> நக்ஷத்ர கோளங்கள்
> ஒளிவேகத்தின்
> மந்தகதி தரும் நிதர்சனத்தில்
> இன்றும் இருக்கின்றன.
> காலமே வெளி!

எழுபதுகளின் தொடக்கத்தில் தமிழ் இலக்கியச் சூழலில் ஒரு விஞ்ஞானப் பார்வையையும் காலவெளி பற்றிய அறி வுணர்வையும் அறிமுகப்படுத்தியவர்களில் முக்கியமான கவிஞராக பிரமீள் தெரிகிறார். ஒரு புறம் புறவெளிக் காலத்தை, அதன் பிரம்மாண்டத்தை மேலே சொன்ன வரிகளில் சித்திரப்

படுத்திய அவர், அகவெளிக்காலத்தின் நுட்பத்தை இந்த வரிகளில் காட்டுகிறார்.

இது நிகழ்ந்த சமயம்
இடமற்ற மனோவேளை

காலம் பல தளங்களில் மடிப்புகள் பல கொண்டு இயங்கி வெளிப்படுவதை அவருடைய 'கண்ணாடியுள்ளிருந்து' என்ற நீண்ட கவிதை விரித்துக்காட்டுகிறது.

இக்கணம்
இக்கணம்
யாவற்றினுடனும்
எனது உடன்பிறப்பு
என்னுடன் யாவும்
யானெனும் கோஷம்
யுகாந்திரங்களாயினும்
நிலைத்திருப்பது ஒரு கணம்
இக்கணம்
மறுகணம்
மீண்டும் எதிரேறும்
எதிர்காலம்

காலவெளி நம் இருப்பின் சூழமைப்பாக இருப்பது இந்த வரிகளில் தெளிவாக வெளிப்படுகிறது.

மீனுக்குத் தண்ணீர்
மிருகத்துக்குப்
பிராணவாயு
மனிதாத்மாவுக்கோ
மனம்தான் வெளி

காலத்தின் மடிப்புகள் மனமாய் வெளியாய் கண்ணாடியெனும் 'ஊடற்ற ஒரு போலி வெளியாய்', பிரதிபிம்பமாய் விரிகின்றன. உள்ளும் வெளியும் ஒன்றாய், பலவாய், அனைத்துமாய் நிறைந்து விரிந்திருக்கிறது காலம்.

பிரமீள் என்னும் தருமு சிவராமுவின் பிரக்ஞையில் விளைந்த காலவெளிப் படிமங்கள் அவரது மொழியின் சாகசத்துடன் மலர்ந்து விரிகின்றன.

காலவெளி அனுபவத்தின் இன்னுமொரு முக்கியமான அம்சத்தை ஞானக்கூத்தனின் கவிதை வரிகளில் இப்போது பார்போம். 'அழிவுப் பாதை' என்ற அவருடைய நீண்ட கவிதையின் ஒரு பகுதி;

கண்டேன் அந்தச் சித்திரம் பெரிதும்
மாற்றப் படுவதை எப்படிக் கூறுவேன்

மேயக் குனிந்த மாடு மாற்றிற்று
உட்கார்ந்திருந்தவன் எழுந்து மாற்றினான்
பறந்த கூளம் விழுந்து மாற்றிற்று
ஓடி மாற்றிற்று தொலைவில் தண்ணீர்
கனன்றும் அவிந்தும் தீ மாற்றிற்று
மூக்குத் துளைகள் விரிந்து மாற்றின
ஒவ்வொரு மூலையில் ஒவ்வொரிடத்தில்
மாற்றித் தீர்ப்பதே கடமையாய்க் கிடந்ததால்
சித்திரம் முழுவதும் மாற்றப்படுகிறது.

ஒவ்வொரு கணமும் நமக்குப் பார்க்கக் கிடைக்கும் பிரபஞ்ச தரிசனம் நம் பிரக்ஞையில் ஒரு சித்திரமாகத் தெரிகிறது. இதில் கால உணர்வு எங்கிருந்து வருகிறது? ஒரு குறிப்பிட்ட கணத்தில், குறிப்பிட்ட காட்சியில், சித்திரத்தின் பல்வேறு பொருள்கள் ஒரு குறிப்பிட்ட அமைப்பில் இருப்பதாகத் தெரிகின்றன. நம் பிரக்ஞையில் விரியும் அடுத்த கணம், அடுத்த காட்சியில், சித்திரப் பொருள்களின் இட அமைப்பு சற்றே மாறியிருக்கிறது. முதல் காட்சியில் உட்கார்ந்திருந்தவன் அடுத்த காட்சியில் எழுந்திருக்கிறான். சித்திரம் மாறுகிறது. ஒரு காட்சியில் கனன்று கொண்டிருந்த தீ அடுத்ததில் அவிந்திருக்கிறது. சித்திரம் மாறிவிடுகிறது.

இந்த வகையான மாற்றங்கள், சித்திரப் பொருள்களின் இடப்பெயர்ச்சி, காலம் கழிந்திருப்பதான உணர்வை மனத்தில் தோற்றுவிக்கிறது. ஒவ்வொரு தரிசனமும் ஒவ்வொரு காட்சியும் தன்னளவில் முழுமையானதாக, இருப்பவை அனைத்தையும் தன்னுள் அடக்கியிருப்பதாக இருந்த போதிலும் மனத்தின் இயக்கம் காட்சிகளின் நினைவைத் தன்னில் தக்க வைத்துக் கொண்டு, இடமாற்றங்களைக் காலத்தின் நகர்வாக அனுபவம் கொள்கிறது. கால உணர்வின் இந்த அம்சத்தை மிகத் தெளிவாகக் காட்டுகின்றன எளிமையான தோற்றத்தில் ஆழத்தின் வீச்சைக் காட்டும் இந்தக் கவிதை வரிகள்.

கவிதையில் வரும் நானுக்கு இந்தத் தரிசனம் எப்படிக் கிடைக்கிறது என்பது முக்கியமான விஷயம். கவிதை நிகழ்வில், அரிசி வாங்கக் கடைக்குப் போன சிறுவனின் பிரக்ஞை, வழியில் எதிர்கொண்ட ஒரு சம்பவத்தால் தன் பொதுவான நிலையில், தளத்தில் இருந்து வேறொரு நிலைக்கு, தளத்திற்குப் பெயர்கிறது. அதன் விளைவாக சிறுவனின் பிரக்ஞை, தன் இயல்பான காலகதியிலிருந்து விடுபட்டு புதியதொரு கால வெளி அமைப்பில் தரிசனம்கொள்கிறது. கால ஓட்டத்தினுள், அதன் ஒரு அம்சமாகத் தன்னை அது வரை அனுபவம் கொண்டிருந்த சிறுவனின் பிரக்ஞை, காலவெளி இயக்கத்தையே ஒரு தரிசனமாகக் காண்கிறது.

ஒரு காட்சி அனுபவம், தன்னளவில் முழுமையானதாகவும் காலம் கடந்து நிலைக்கும் தன்மை கொண்டதாகவும் இருப் பதை ஞானக்கூத்தனின் 'ஈ' என்னும் கவிதை வெளிப்படுத்து கிறது. கவிஞரின் கண்ணில் கண்ணைக் கவரும் மார்பகம் படுகிறது. அவர் பார்க்கும்போது அந்த மார்பகத்தின் மேல் இருந்தது ஒரு ஈ. கவிஞர் அந்த இடத்தைவிட்டுப் போகிறார். ஈயும் போய்விட்டிருக்குமா என்ற கேள்வி அவருக்கு எழுகிறது.

நிச்சயம் போய்விட்டிருக்கும்; இல்லை
நிச்சயம் இருக்கும்; ஈ போய்விட்டிருக்கும்
ஈ போய்விட்டிருக்கும் நிச்சயம் கூடப்
பார்க்கப்படாத ஈ யூகத்தளவுதான்
கண்ணால் எடுத்துச் செல்லப்பட்ட
கண்ணைக் கவரும் மார்பகத்தின் மேல்
என்றும் இருக்கிறது ஈ

ஒரு காட்சி அனுபவம், காண்பொருளும் காணும் பிரக்ஞை யும் சந்திக்கும் காலமற்ற ஒரு புள்ளியில் நிகழ்கிறது. அந்தக் கணத்துடன் அந்த அனுபவம் முடிந்து போய்விட்டாலும் அது தன்னளவில் முழுமையாக இருக்கிறது, மனம் அடுத்த கண அனுபவத்தை சென்ற கண அனுபவத்தின் தொடர்ச்சி யாகக் கணித்து ஒரு கால வரிசையை, காலத் தொடர்ச்சியை உருவாக்குகிறது. மனத்தின் இந்தச் செயல்பாட்டை விடுத்துப் பார்க்கும்போதுதான் ஒரு தனி அனுபவத்தின் காலமற்ற தன்மை தெளிவாகிறது.

இதே விஷயம் ஆனந்தின் ஒரு கவிதையில் காணக்கிடைக் கிறது.

சற்றைக்கு முன்

சற்றைக்கு முன்
ஜன்னல் சட்டமிட்ட வானில்
பறந்துகொண்டிருந்த
பறவை
எங்கே ?

அது
சற்றைக்குமுன்
பறந்துகொண்
டிருக்கிறது.

காலம் என்னும் பொருளின் வேறு முகங்கள் தேவதச்ச னின் கவிதையில் காணக் கிடைக்கின்றன. மொழியின் சாகசம் வெளித்தெரியாமல் உள்மடிப்புகளாய் பொருளுக்குள் மறைந் திருக்கும் ஜாலம் இவரது கவிதைகளில் வெளிப்படுகிறது.

எனக்கு
ஏழு கழுதை வயசாகியும்
கண்ணாடியை நான்
பார்த்ததில்லை. ஒவ்வொரு
முறையும்
எதிரில் நிற்கையில்
என் முகரக்கட்டைதான் தெரிகிறது.
கண்ணாடியைக் காணோம்
உடைத்தும் பார்த்தேன்
உடைந்த ஒவ்வொரு
துண்டிலும் ஒரு
உடையாத கண்ணாடி
லேசான வெட்கம் எனக்கு
பார்க்க முடியாத
கண்ணாடியைத்தான்
பார்க்க முடிகிறது

தெரிந்ததும் தெரியாததும் ஒரே பொருளாக நிற்கும் விசித்திரம். அறிந்தது காலம், அறியாதது அகாலம் என்றால் இந்தக் கண்ணாடிதான் என்ன? இது இருக்கிறதா இல்லையா? இல்லாமல் இருக்கிறதோ கண்ணாடி, காலம் போல?

தேவதச்சனின் கவிதைகளில் காலம் ஒரு கருத்தாக இயங்குவது மிகவும் குறைவாகவும் காலமே பிரக்ஞையின் உள்ளியக்கம் என்பதாகவும் உருக்கொள்கிறது. காலம் என்னும் பொருள் பற்றிய உசாவல், தினசரி வாழ்வுக்கு அப்பால் அக இருளில் ஊடுருவிப் பார்க்கும் முயற்சியாக இல்லாமல், தினசரி வாழ்வெளியின் ஊடும் பாவுமாக காலவெளி இயங்குவது தெரிகிறது.

'எனக்கு ஞாபகமுள்ள பௌர்ணமிகள் நான்கு' என்று தொடங்கி, பிறகு,

ஒன்று
எதிர்வீட்டு அம்மாளின்
துஷ்டிக்கு
சுடுகாடு சென்று
திரும்புகையில் பார்த்தது.
நள்ளிரவில்
பஸ் கிடைக்காமல்
லாரி டாப்பில்
பிரயாணம் செல்கையில்
பிரகாசித்தது.
ஐந்து நக்ஷத்திர ஹோட்டல் வாசலில்
அரசு அதிகாரி ஒருவரைக் காண
காத்திருக்கையில் கண்டது

இண்டு இடுக்கு
மாடிக் குடித்தனத்தில்
மின்வெட்டு இருள்வேளையில்
ஜன்னல் வழியே
வந்து விழுந்தது

ஒன்றுக்கொன்று தொடர்பற்ற, வெவ்வேறு மன – புறச் சூழல்களில் அனுபவம்கொண்ட நான்கு நிகழ்வுகள், பௌர்ணமியின் இருப்பில் தொடர்பு கொண்டவையா கின்றன. இதில் எந்த ஒரு நிகழ்விலும் பௌர்ணமிக்கு நேரடிப் பங்கு இல்லையென்பதால் அந்த நிகழ்வுகளின் காலவெளிச் சட்டகத்துக்கு வெளியில் ஒரு மௌன சாட்சியாக, தானே ஒரு நிகழ்வற்ற நிகழ்வாக, முழு நிலவு நிற்கிறது. அதனால் இந்த நிகழ்வுகளைப் பொறுத்தவரையில் காலமற்றதின் பிரசன்னமாக பௌர்ணமி நிலவு இருக்கிறது.

இதே வெண்ணிலவு, நூற்றாண்டுகளுக்கு முன் வாழ்க்கை மாற்றத்தின் மாறாத சாட்சியாக இருந்தது பாரி மகளிரின் புறநானூற்றுப் பாடலில் பதிவாகி இருக்கிறது.

அற்றைத் திங்கள் அவ்வெண்ணிலவில்
எந்தையும் உடையேம் எம் குன்றும் பிறர் கொளார்
இற்றைத் திங்கள் இவ்வெண்ணிலவில்
வென்று எறி முரசின் வேந்தர் எம்
குன்றும் கொண்டார் யாம் எந்தையும் இலமே.

இந்த வெண்ணிலவு பாரி மகளிருக்கும் தேவதச்சனுக்கும் இடையே கடந்துள்ள காலத்தை இல்லாததாக்குகிறது.

காலமற்றதைக் காண விழையும் மனம், அந்த விழைவின் அசைவின் விளைவாகவே எப்போதும் காலமற்றதின் தரிசனம் கிடைக்காமல் அலைகிறது. தேவதச்சனின் இன்னும் சில வரிகள்.

காற்று ஒருபோதும் ஆடாத மரத்தைப் பார்த்ததில்லை
காற்றில்
அலைக்கழியும் வண்ணத்துப் பூச்சிகள், காலில்
காட்டைத் தூக்கிக் கொண்டு அலைகின்றன.

விரியத் தயாராக இருக்கும் முடிவற்றதொரு காலவெளி வண்ணத்துப் பூச்சிகளின் கால்களில் இருந்து கொண்டிருக் கிறது.

காலத்தை அனுபவத்தின் பின்னணியாக எப்போதும் காணும் மனம், காலத்தை நேரடியாக அனுபவம் கொள்ள யத்தனிக்கும்போது அது தன் பிடிக்குள் அகப்படாமல் போவதைத் தெரிந்துகொள்கிறது.

காற்றில் வாழ்வைப் போல்
வினோத நடனம் புரியும்
இலைகளைப் பார்த்திருக்கிறேன்
ஒவ்வொரு முறையும்
இலையைப் பிடிக்கும்போது
நடனம் மட்டும் எங்கோ
ஒளிந்து கொள்கிறது.

'காலமே வெளி' என்னும் பிரமீளின் கவிதை வரி, தானே ஒரு தனிப் படிமமாக தேவதச்சனின் வரிகளில் இங்கே உருக் கொள்கிறது.

கண்மாய் நடுவே
உலகின் முதல் நாளில் ஒரு நுனியும்
கடைசி நாளில் மறு நுனியும் கட்டி
சேலை
காய வைக்கும்
பெண்ணைக் கண்டேன்

தேவதச்சனின் கவிதைப் பெண், காலம் என்னும் வெளியில் சேலை காயப்போடுகிறாள். இன்னுமொன்று. பார்வையும் நிகழ்வும் சந்தித்து அனுபவமாக உறவுகொள்ளும் இக்கணம் என்னும் வாழ்வெளியில்,

நான்
அங்கும் இங்கும்
அலைகையில்
அப்படியும் இப்படியும்
மாறுகிறேன், அனுபவம்
சேர்கிறது இல்லையா
நான்
அங்கும் இங்கும்
அலைகையில்
அங்கும் இங்கும்
மாறுகின்றன. அனுபவம்
சேர்வதில்லை, இல்லையா

காலம் அறிவின் சேகரிப்பு. துயரத்தின் கனம். மனத்தின் சுமை. ஆனால் அறிவு சேகரம் ஆகாத வாழ்நிலை இங்கே வெளிச்சமாகிறது. பிரக்ஞை மையம் வெளியுலகமாக இருந்து இயங்கும் வரை உலகம் என்னும் காலவெளி நிலையானதாக வும் மாறுவது நானாகவும் அனுபவமாகிறது. மாறாக பிரக்ஞை மையம் நானாக இருக்கும்போது மாறுவது உலகம் என்னும் காலவெளியாக ஆகிறது. காலம் சேகரமாவதில்லை. மனம் ஒரு வெளியாக ஆகிப்போகிறது.

காலம் சார்ந்த பிரக்ஞை தன்னையே தன் நீட்சிக்கு ஊடகமாகக்கொள்கிறது. வாழ்வனுபவம் தரும் வலியும் வேதனையும் ஒருபுறம் அதை மறுத்தொழிக்கத் தூண்டினாலும் மறுபடியும் இந்தக் காலவெளி உலகில் தன் தொடர் நீட்சியை விழைகிறது வாழ்வுணர்வு, ஆர்.ராஜகோபாலனின் கவிதை வரிகளில்.

இனிமேலும் என்னால் சகிக்க முடியாது
எனக்கும்
இந்த உலகத்தின் வழிகளுக்கும் சரிவரவில்லை
தயவு செய்து
பெரிய பள்ளமாய்த் தோண்டி
என்னைப் புதைத்து விடுங்கள்
மறக்காமல் நன்றி சொல்வேன்
வரும்போது மறுபடியும்

காலத்தின் சிக்கல் நிறைந்த வாழ்வமைப்புக்குள் நுழைந்து கூறுகளாகிப் போன மனம், சில நேரங்களில் கால உணர்விலிருந்து இயல்பாக விடுபட்டுப் போகிறது. தன் சுயத்தன்மையையும் அப்போது உணர்ந்துகொள்கிறது.

வாரத்தின் எல்லா நாட்களிலும்
வாழ்வு என்னும் பளுவை
சுமந்து கொண்டு செல்கிறேன்
. . . .
சிதறிப்போன என்னின் பாகங்கள்
ஒன்றுகூடி எனக்குள் மையத்தில்
அமைதியைக் கொண்டு தர
. . . .
திங்கள் செவ்வாய் புதன்
வியாழன் வெள்ளி சனி
ஞாயிறு திங்கள் செவ்வாய்
என இன்னுமொரு கடுமையான
வாரத்திற்குள் கொண்டு செல்லும்
அன்பான கணங்களை முன்னே நிறுத்தி

பிரக்ஞையின் ஒளி படாமல் காலம் சேகரமாகும் மனப்பாங்கில் வாழ்வனுபவம் என்னவாக இருக்கிறது? அதன் முடிவு என்ன? 'ஷாஅ'வின் கவிதை வரிகளில் பார்ப்போம்.

பூட்டி வைத்து இறுகிப் போன நாட்கள்
சுற்றுச் சுவருக்குள் கனத்துப் போயிருந்தன
பகல் வேளையில் கூரையில் முட்டி மோதியும்
இரவில் தரையில் அழுந்தியுமிருக்க இடை
வெளியில் காற்று மட்டும் கசிந்துகொண்டே இருந்தது

நாட்கள் மேலும் இறுகிப் போகப் போக
சுவரில் விரிசல் கண்டு இருள் வடிந்ததும்
வெளிச்சம் முழுமையிலும் வியாபிக்கின்றது நிசப்தமாக

நினைவின் சுமையாய் மனத்தில் இறுகிப் போகின்றன நாட்கள். காலம் சுவரெனச் சுற்றிலும் எழும்பிப் படர்கிறது. வாழ்வனுபவம் ஒளிகுன்றி இருளார்ந்து போகிறது. இறுக்கத்தின் அழுத்தம் தாங்காமல் சுவரில் விரிசல் காண்கிறது. இருள் வடிகிறது. வெளிச்சம் வியாபிக்கிறது. பிரிவை உருவாக்கும் காலம் தன் அழுத்தம் தாங்காமல் தானே விரிசல் கண்டு உடைந்துபோகிறது.

நிகழ்கணத்தின் சுயத்தன்மையில் காலத்தின் நிழல் இல்லை. காலம் சார்ந்த உறவுகள், அந்த நிழலின் அடிப்படையிலான அவற்றின் தொடர்ச்சி, அனைத்தும் இல்லாமல் போகிறது. 'ஷாஅ'வின் இன்னும் சில வரிகள்.

ஒவ்வொரு வழித்தடமும் யுகம் யுகமும்
எதிர்ப்படும் யாவும்
தற்செயல் பரிச்சயந்தானென்று
அறியும் காலம்
நிகழ்காலம்

உறவுகள் காலத்தின் நீட்சி. பிரிவு காலத்தின் கனம் ஈர்க்கும் விசை. உறவும் பிரிவும் உறவின் நினைவும் இழப்பின் வலியும் பிரம்மராஜனின் கவிதை உலகில் மையம் கொள்பவை. பிரிந்த உறவின் காலத்தைப் பிரதிபலிக்கும் நிலைக்கண்ணாடியாய் தற்கணம் தெரிகிறது.

உன் வயதுச் சிறுமி யாரோ வலியில் விளித்த குரல்
உனதாய்க் கேட்க
பதைக்கும் மனம்
... ...
உன்மத்தமும் கள்வெறியும் என் நெஞ்சில்
நோகத் தொடங்கிவிட்டது பால் கட்டிய மார்பாக
... ...
எனக்குப் புரிந்துபட்ட கடலினை
உனக்கு அறிமுகப் படுத்தவில்லை
வெளி சிறுத்துக் குறுகும்போது காலமும் ஒடுங்கி
விடுகிறது.
உன் அடர் வழி நினைத்துக் கலங்கும்
தொலைவு தொலைந்து கொண்டிருக்கும்
கடுகாய்ச் சிறுக்கும் மஹா விருக்ஷம்
அகண்ட வருஷம்
ஒரு சாண் இடுப்பில் ஒடுங்கி விடும்

அறிந்ததற்கு அப்பால் விரியும் எதிர்காலம் அண்டவெளியின் தன்மை கொண்டு கண்டதற்கப்பால் விரிகிறது, பிரம்மராஜனின் வரிகளில்.

என் மண்டை எழுத்தை
அரசின் எழுத்தன் ஒருவன் தொலைக்க முடியாதிருக்கும்
நிச்சயத்தின் நிச்சயத்துள்
இன்னும் தொலைநோக்கிக்கு எட்டாத
வேறொரு பால்வெளிமண்டலத்தின்
தூசிமேகங்களில்
ஒளிரும் மறைவான வெளிச்சத்தில்
எழுதப்பட்டுக் கொண்டிருக்கிறது அது

எதிர்பார்ப்பின் வேதனை காலத்தின் முக்கியமானதொரு அம்சம். நம்பிக்கை – அவநம்பிக்கை இரண்டுக்கும் இடையில் ஏற்படும் இறுக்கமும் இழுபறியும் அகவயமான காலநீட்சியின் உள்ளார்ந்த தன்மை. மனம் தன்வெளியில் விரிக்கும் காலவெளியின் இந்தப் பதைப்பும் தாளாத துன்பமும் முத்தொள்ளாயிரப் பாடல் ஒன்றில் அழகாகவும் எளிமையாகவும் வெளிப்பட்டிருக்கிறது.

கூடற் பெருமானை
கூடலார் கோமானை
கூடப் பெறுவனேல்
கூடு என்று
கூடல் இழைப்பாள்போல் காட்டி இழையாதிருக்கும்
பிழைப்பில் பிழைபாக்கறிந்து

விட்டுச் சென்ற காதலன் வருவானோ மாட்டானோ என்ற நம்பிக்கை – அவநம்பிக்கை ஏற்படுத்தும் இழுபறியைத் தாங்க இயலாமல், கண்ணை மூடிக்கொண்டு தான் போடும் வட்டம் ஒன்று சேர்ந்தால் அவன் வருவான் என்றும் சேரவில்லையெனில் வரமாட்டான் என்றும் கொள்ளலாம் என்று நினைக்கிறாள் ஒரு பெண். இந்த இழுபறியிலிருந்து மீள்வதே அவள் நோக்கம். ஆனால் பாதி வட்டத்தைப் போட்ட நிலையில், ஒரு வேளை சேராமல் போய்விட்டால் வருவான் என்ற நம்பிக்கைக்குச் சிறிதும் இடமில்லாமல் போய்விடுமே என்று பாதி வட்டத்தில் நிறுத்திவிடுகிறாள்.

இடமே காலமாய்த் தெரிகிறது எஸ்.வைத்தியநாதனின் கவிதையில் வரும் பூனைக்குட்டிக்கு.

வீட்டைக் காலி பண்ணியபோது
எவ்வளவோ முயன்றும் பூனைக்குட்டி
கூடவே வர ஏனோ மறுத்தது
வாழவேண்டி

இடம்விட்டு இடம்
மாறாதாம் பூனைகள்
வீடு சார்ந்த
இறுக்கமான நினைவுகளூடே
வளையத்தான் வருகின்றது
பூனைக்குட்டி

கணங்கள் காலத்தொடர்ச்சியின் இணைப்புகளாகக் கருதப்படுவது பொதுவான பார்வை. ஆனால் ஒரு கணத்தின் எல்லைக்குள் காலத் தொடர்ச்சி நிகழ்ந்து போகும் ஜாலம் இங்கு எம்.யுவனின் கவிதையில் வெளிப்படுகிறது. கணம் விரிந்து வெளியாய்ப் படர்கிறது.

இப்போதைக் கடந்து
இப்போதில் நுழைந்து
கடக்கிறது என்
விநாடி முள்
முடிவற்ற ஒரு கணத்தில்
பிறந்து வளர்ந்து
நரையும் கொண்ட கிழவன்
சூரியனைச் சுலபமாய்
மறைக்கிறான் தன்
இடது புறங்கையால்

தனி மனிதர்கள் வரிசையாய், தலைமுறைத் தலைமுறையாய் வந்து போகும் சரித்திரப்பாதையை வேறு ஒரு ஆழத்தில் பார்க்கிறது இவரது இன்னொரு கவிதை.

இன்றைய சமுத்திரம்
அன்றைய மேகமாய்க்
கிடந்த நாளில்
பார்த்திருந்தவன் நான்
. . . .
மானை முயலைத் துரத்திப் பின்
வதக்கி உண்டதில்
பின்னும்
வளர்ந்தவன்
இரையைத் துரத்துவது ஓய்ந்து
அணுவைத் துரத்தியதும்
நிலவில் சென்று நான்
இறங்கி நடந்ததும்
யாவரும் அறிந்ததே

தனி உயிர் என்னும் அடையாளத்தைத் துறந்து ஒரே பிரக்ஞையின் பரிணாமமாகக் காணும் இந்தப் பார்வை, சரித்திரத்தை காலம் என்னும் நேர்கோட்டுப் பாதையில்

செல்லும் பயணம் என்னும் பொதுவான பிம்பத்தைக் கடந்து, புதிய காலவெளிப் பரிமாணத்தில் அகவிரிவாகக் காணும் தரிசனமாகக் காண்கிறது.

காலம் – அகாலம் தொடர்பான வேறொரு பரிமாணம் நகுலனின் ஒரு சின்னஞ்சிறிய கவிதையில் அற்புதமாக வெளிப் படுகிறது.

யாருமில்லாத பிரதேசத்தில்
என்ன நடந்து கொண்டு இருக்கிறது?
எல்லாம்

இருப்பு – இல்லாமை என்பதை எதிர்மறையாய்க் காணும் கண்ணோட்டத்தை ஒரே வீச்சில் அழித்துக் கடந்து விடுகிறது இந்தக் கவிதை. இல்லாமை என்னும் எல்லையற்ற வெளியில் இருப்பு இருந்து வருவதை இந்தக் கவிதை தெள்ளத் தெளிவாகக் காட்டுகிறது. முதல் முறையாக இந்தக் கவிதைகளைப் படிக்கும் போது, கடைசி வரியில் வரும் 'எல்லாம்' என்ற ஒற்றைச் சொல் மனத்தைத் தாக்கி அதிர வைக்கிறது. ஒட்டு மொத்த பிரக்ஞைக்கே ஒரு அதிர்ச்சியை உண்டாக்குகிறது இந்த வரிகள். ஒரு கணம் மனத்தில் கால ஓட்டம் நின்றுபோய் அகால வெளிக் காட்சி ரூபமாக மனத்தில் விரிகிறது, வெறும் ஏழு சொற்கள், மூன்று வரிகளில்.

கால நீட்சியை அனுபவப்படுத்தும் இருப்பு ஒரு வெறும் புள்ளியாய்க் குன்றிப் போய், 'எல்லாம்' என்ற ஒரு சொல் லுக்குள் அடங்கி, காலம் – அகாலம் என்னும் எதிர்மறையைக் கடந்து உள்ளே தன்னுள் ஆழ்கிறது பிரக்ஞை.

❋

2

பிள்ளை விளையாட்டு
குவளைக்கண்ணன் கவிதைகள்
சில குறிப்புகள்

மனிதன் கவிதையைத் தேடிப் போவதற்கும் கவிதை மனிதனைத் தேடித் தீண்டுவதற்கும் இடையில் பெரியதொரு வேற்றுமை இருக்கிறது. கவிதை மனிதனைத் தீண்டுவது வேதனை; மனிதனுக்கு.

முதலில் மெதுவாக, மங்கலாக, மிகவும் மங்கலாக; பின் மெல்ல மெல்ல, பனிக்காலத்து உதயம்போல், கவிதை தன்னை அவனுக்குக் காட்டுகிறது; காட்டிக் காட்டி மறைகிறது. இது வேதனை. ஆனால் இந்த வேதனை தான் அசலான கவிதையைத் தோற்றுவிக்கிறது; அதனால் அசலான கவிஞனையும்.

கவிதை தன்னைக் காட்டிக்கொள்வது ஏன் வேதனை தருவதாக இருக்க வேண்டும்? கவிதை தன்னைக் காட்டிக் கொள்ளும்போதே கவிஞனுக்கு அவனையும் காட்டிவிடு கிறது! தன்னிடமிருந்து எந்நேரமும் தன்னை மறைத்து மூடிக்கொண்டு, தன்மேல் ஏற்றப்பட்ட பொய்களைச் சுமந்துகொண்டு, புதிய பொய்களைத் தானே தன்மேல் ஏற்றிக்கொண்டு, ஒளிக்குப் பயந்து இருட்டுக்குள் பதுங்கி வாழும் மனித மனத்திற்கு, அதன் விருப்பத்துக்கு மாறாக, அதனைப் பிரித்துப் பிரித்துக் காட்டிவிடுகிறது கவிதை. தன்னிடமிருந்து விலகி எப்போதும் ஓடிக்கொண்டிருக்கும் மனிதனைப் பிடித்து நிறுத்தி அவனுடைய பொய்வேஷங் களைக் கலைத்து, முகமூடிகளைப் பிடுங்கி எறிந்து கவிதை விளையாடுகிறது

வாழ்தலின் முறைபாடும் கவிதையின் முறைபாடும் அடிப்படையில் ஒன்றாகவே இருக்கின்றன. சொல்லப்

போனால் காதலின் முறைபாடும்கூட. வாழ்க்கை பற்றி, – கவிதை பற்றி, காதல் பற்றி, – நாம் கொள்ளும், கொண்டுள்ள கருத்துக்கள் அனைத்தையும் அந்த முறைபாடு விடாமல் அழித்துக் கொண்டே இருக்கிறது. ஒருபுறம் ஆழமான வேதனை, மறுபுறம் இனம்காண முடியாத இன்பம், அதே நேரம் விட்டுவிட முடியாத ஈர்ப்பு, இவை எப்போதும் இந்த விஷயங்களின் இலக்கணமாக இருந்துகொண்டிருக்கிறது.

ஒருவர் தன்னைப்பற்றி, கவிதையைப்பற்றி, வாழ்தலைப் பற்றி என்னென்ன நினைத்துக்கொள்கிறாரோ, அவை அனைத் தையும் அழிக்கிறது கவிதை, வாழ்தல் இரண்டுமே. ஆனால் விரிவானதொரு பின்னணியில் பார்க்கும்போது இந்த அழிவு தான் வளர்ச்சியின் முறைபாடு.

கவிதை கவிஞனை அழிக்க விழைகிறது. கவிஞன் கவிதை யைக் கண்டு அஞ்சி ஓடுகிறான். ஆனால் அது அவனைத் துரத்தித் துரத்திப் பிடித்து விளையாடுகிறது. ஒரு கட்டத்தில், அல்லது ஒரு கட்டம்வரைக்கும் இந்த விளையாட்டு அவ னுக்குக் குரூரமாக இருக்கிறது; அதாவது கவிஞன் தன்னைக் கவிதைக்கு ஒப்புக்கொடுக்கும் வரைக்கும்; அதாவது கவிதை தன்னை அழிக்கும் ரசவாதத்தில் கவிஞனும் மகிழ்ச்சியுடன் பங்குகொள்ளத் தொடங்கும் வரைக்கும்.

அதுவரைக்கும் அவன் மனத்தில் தகிக்கும் வேதனையின் அலைக்கழிப்புக்கு இடையில் அவ்வப்போது மின்னலென வெளிச்சம் காட்டும் காட்சிப்புலங்கள் அவன் எழுதும் கவிதை களுக்கு வித்தாக அமைகின்றன. இந்த மாதிரியான கணங்கள் மற்ற நேரங்களில் அவன் அனுபவிக்கும் வேதனையைத் தாங்கிக் கொள்ளும் மனத்திடத்தை அவனுக்குத் தருகின்றன.

அதற்குப் பிறகுதான் கவிதைக்கும் கவிஞனுக்குமான உறவு வேறு தளத்தில் மையம்கொள்கிறது. இப்போது தயக்கம் கொள்ளாமல் தன்னைக் கவிதைக்குத் திறந்து காட்டுகிறான் கவிஞன். அது அவனுடைய இருள் மூலைகளுக்குள் புகுந்து அவனுடைய ரகசியங்களைத் திறக்கிறது. இந்த முறைபாடு பற்றிக் கவிஞனுக்கு அறிவுபூர்வமாக எதுவும் தெரிவதில்லை. என்னவோ நடந்துகொண்டிருக்கிறது என்ற உணர்வு மட்டும் எப்போதும் அவன் மனத்தில் மேகமென அலைந்துகொண் டிருக்கிறது.

அவன் எதிர்பார்க்காத கணங்களில் அவன் மனத்தின் பின்வாசல் வழியாகப் புகுந்து மொழியேற்று வெளிப்படுகிறது கவிதை. இப்போது இவனுக்கும் கவிதைக்கும் புதியதொரு உறவு தொடங்குகிறது. உண்மையில் தான் எழுதியிருக்கும் கவிதையின் ஆழமும் அகலமும் முற்றான தெளிவுடன் கவிஞ

னுக்கு அந்தக் கட்டத்தில் முழுமையாகப் புரிய வழியில்லை. வாழ்வின் வழியில் அவ்வப்போது அந்தக் கவிதையின் வரிகளும் அதில் வெளிப்பட்டுள்ள படிமங்களும் சித்திரங்களும் அவன் மனத்தில் புதிய பார்வைக் கோணங்களைத் தோற்றுவிக்கிறது. அவன் மனப்பாங்கில் ஆழமான மாற்றங்களை அது ஏற்படுத்துகிறது.

கவிதைக்கும் கவிஞனுக்கும் இடையில் உள்ள உறவு ஒரு பயணத்தின் தன்மைகளை மேற்கொள்கிறது. புதிய பாதைகள், புதிய ஊர்கள், புதிய நிலக்காட்சிகள், புதிய தட்பவெப்ப நிலைகள் அவன் அகத்தில் விரிகின்றன. அவன் மாறுகிறான். கவிதை அவனை மாற்றுகிறது. அகக் கட்டமைப்புகள் மாறிப் போய் புதிய அகத்தளங்களுக்கு இடமளிக்கும் மறுகட்டமைப்புகள் உருவாகின்றன. இந்த முறைபாடு வெளிமனத்தின் மேற்பார்வை முற்றிலும் இல்லாமல், வெளிமனம் சற்றும் அறியாத இயக்கவிதிகளின் வெளிப்பாடாக நிகழ்கிறது. போகப் போகத் தனக்கே தான் ஒருவிதத்தில் அடையாளம் தெரியாத ஒரு அந்நியனாக ஆகிப் போகிறான் அவன். தன் பழைய ஆளுமையின் பதிவுகள் அவன் மனத்தில் இயங்கிக்கொண்டிருக்கும் வரைக்கும் ஒருவிதமான இரட்டை வாழ்க்கையை அவன் வாழ நேரிடுகிறது. அவன் நிர்ணயிக்காத புதியதொரு ஆளுமை அவனுக்குள் எழுந்து உருவாகி மெல்ல நிலைக்கிறது. அவன் வாழ்க்கை அவனுடைய சுயநிர்ணயங்களின் கட்டுப்பாடுகளை மீறியதாக ஆகிவிடுகிறது.

படிப்படியாக அவனுடைய சுயநிர்ணயங்கள் வலுவிழந்து போய்க் கடைசியாக உதிர்ந்து போகின்றன. சமூகம் நிர்ணயிக்கும் அக வாழ்க்கை முறையின் இலக்கணத்தை விட்டு அவன் வாழ்க்கை விலகிப்போய் தன் அகத்தில் உருவான புதியதொரு மையத்தில் அவன் நிலைகொள்கிறான். (ஆனால் சமூகவிதிகளை வெறும் எதிர்ப்புணர்வு காரணமாக மீறும் கலகத் தன்மை, சமூகத் தளத்திலேயே நடப்பதால் அங்கே புதிய அகமையம் ஒன்றும் உருக்கொள்வதில்லை). அதன் பிறகு அவன் வாழ்க்கை – குறைந்தபட்சம் சில கணங்களில், ஆனாலும் ஒரு ஆழத்தில் எப்போதும் – மனிதப் பிரக்ஞையின் எல்லைகளுக்கப்பால் இருந்து இசையின் அடிப்படை லட்சணங்களுடன் கூடிய உள்கதியோடு வரும் ஒரு லயத்தின் இசைவோடு நிகழ்கிறது.

சரி, இப்போது இந்தப் பின்னணியில் குவளைக் கண்ணனின் கவிதைகள் எங்கே எப்படிப் பொருந்துகின்றன?

இவரது கவிதைகளைப் படிக்கும்போது உள்ளே ஏற்படும் உணர்ச்சி அகப் போராட்டம் சார்ந்ததான தன்மையுடன்

இருக்கிறது. சமூகப் பார்வையின் திட்டமான எல்லைக் கோடு களுக்குள் இருந்துவிட முடியாமல், ஆனால் முற்றிலுமாக அவற்றிலிருந்து விடுபட்டுவிட முடியாமலும் இருக்கும் அவஸ்தை பல இடங்களில் இவரது கவிதைகளில் காணக் கிடைக்கிறது. ஆனால் அதை மீறிக் கடந்து சென்றுவிட்ட கணங்களின் நிரூபணமாக புதியதொரு கால–வெளியில் சிருஷ்டி யின் மலர்ச்சியும் தெரிகிறது. உதாரணமானது தொகுப்பின் முதல் கவிதை. தலைப்பு, மலர்ச்சி.

முதல் மலர்
மலர்ந்து கொண்டிருக்கிறது

வீடுகள்
வயல்வெளிகள், சாலைகள்
அலுவலகங்கள்,அங்காடிகள்
நதியும் மலையும்
கடலும் வனமும்
அண்டசராசரமும்
அம்மலரின் மொட்டுக்குள்தான் இருந்தது

அந்த மலர் எங்கே?

இங்குக்கும் அங்குக்கும்
நடுவில்
மலர்
மலர்ந்து கொண்டிருக்கிறது

தனிவெளியில் கண்ட அகக் காட்சிகளை வெளிமொழி யில் சொல்வதற்கு இவர் கையாளும் படிமத் திரிபுகள் கவிதைக்கு அலாதியான ஒரு விசித்திரத் தன்மையைக் கொண்டுவரு கின்றன. இதற்கு உதாரணம், 'தலையாலங்கானம்' என்ற கவிதை. பதினொரு தலைகளுடன் தொடங்கி, வெவ்வேறு காரணங் களுக்காக அவை ஒவ்வொன்றாக அகற்றப்பட்டு, கடைசியில்,

இத் தலையிலும் நோவெடுத்தால்
நானே பிய்த்தெறிவேன்

என்கிறார்.

இந்த நூலின் தலைப்பான 'பிள்ளை விளையாட்டு' என்ற பெயரைக்கொண்ட கவிதை, குழந்தை ஒன்றுடன் தானும் ஒரு குழந்தையாக விளையாடிவிட்டுக் கடைசியில் இப்படி முடிகிறது.

ஏற்கனவே உலகில் உள்ளவைகளுக்கு
என்னிடம் பெயர்களைக் கற்கிறது குழந்தை

ஏற்கனவே உலகில் உள்ள ஏற்கனவேயை
அழிக்கக் கற்கிறேன் குழந்தையிடம்

'அழைத்தபின்' என்ற கவிதையில் சொல்லோசையைக் கடந்த ஒரு சந்தம் கவிதை முழுவதும் இழைந்து ஓடுகிறது. கூடவே நம் கவனத்தையும் உடனழைத்துச் செல்கிறது இந்தச் சந்தம்.

'ஒருக்கால்' என்னும் கவிதை முக்கியமான ஒரு விஷயத்தைத் தன் பாடுபொருளாகக் கொண்டிருக்கிறது. புறவயமாக வெளிப்பட்டுப் பழகியிருந்த கவனம், முதன்முறையாக உள்முகமாக எட்டிப்பார்க்கும்போது ஏற்படும் உணர்வை சிறப்பாகச் சித்தரிக்கிறது. கவிஞர் இதைத் தெரிந்தே செய்திருக்கிறார் என்று நான் சொல்லவில்லை.

உள்வாங்கும் உலகத்தின்
உள்ளும் பறக்கும்
என்
குருவி

பயந்த சிறுமியின்
கத்தலைப் போன்றது அதன் குரல்
உங்கள் கவனத்திற்குள்
வராத அளவிற்குச் சிறியது அது
சிறியதெல்லாம் நல்லதென்றால்
குழந்தையைப்போல்
நல்லதுதான்

என்று சொல்லி மேலே போகிறது. 'பயந்த சிறுமியின்/ கத்தலைப் போன்றது அதன் குரல்' என்னும் வரி கவிதைக்கு ஒரு அசல் தன்மையைத் தருகிறது.

மனத்தின் உறவுகள் மூன்று தளங்களைக் கொண்டிருக்கிறது என்று சொல்லலாம். வெளியுலகத்துடன் கொள்ளும் உறவு. மனம் தன்னுடன் தானே கொண்டிருக்கும் உறவு. அகத்தில் தன்னை மீறிய, தான் இன்னும் தெளிவாக அறியாத ஒரு தளத்துடன் உருவாகும் உறவு. இந்த மூன்று தளங்களிலும் 'கலந்து உரையாடல்' என்னும் கவிதை ஊடாடுகிறது.

தற்கணத்தின் வேகம், 'கண்சிமிட்டலில்' காட்சிப்புலம் முழுவதையும் விழுங்கும் அதிசயத்தை, 'ராட்சசிடி நீ' என்று நுட்பமான ஆச்சரியமும் அன்பும் வெளிப்படச் சொல்லும் 'நீ' கவிதை புதியது.

'நான்' என்னும் கவிதை பிரக்ஞையின் விரிதலில் முக்கியமானதொரு தளத்தை வெளிப்படுத்துகிறது. செயல்பாட்டின் உந்துசக்தியான மனத்தின் வேறொரு தளம் அதே நேரத்தில் அதற்கான சாட்சியாகவும் செயல்படும் பாங்கு மிகவும் எளிமையாக இதில் வெளிப்பட்டிருக்கிறது.

‘நெடுங்கதையின் சில பாகங்கள்’ என்பது கடைசிக் கவிதை. ஆழமும் தீவிரமான தன்னியல்பும் தன்னியல்பான தீவிரமும் இழையோடும் விகசிப்பு. திறந்த கட்டமைப்புக் கொண்ட இந்தக் கவிதை, ‘நெடுங்கதை’யின் மேலும் பல ‘பாகங்களை’ தன்னுள் ஏற்கக் கூடியதாக இருக்கிறது. இந்தத் தொகுப்பின் ஒரு சில கவிதைகளை இதில் சேர்த்துவிடக் கூட முடியும்.

இவ்வளவு சொன்ன பிறகு வேறொரு விஷயத்தையும் சொல்லித்தான் ஆகவேண்டும். வெவ்வேறு காலங்கள், பூனைப் பெருமாட்டி, சாலைக் குறிப்புகள், பன்றிகளைப் பற்றி எனக்குத் தெரிந்தவை, தலை போகிற விஷயம் என்னும் தலைப்புள்ள கவிதைகள் தம்மளவில் கவிதைக்கான குறைந்தபட்ச தகுதிக் கோட்டுக்கு மேலேதான் இருக்கின்றன என்றபோதிலும் தொகுதியின் மற்றக் கவிதைகளின் பின்னணியில் பார்க்கும் போது ஆழம் குறைந்தவையாகவும் கவிஞரின் பார்வை கடந்து வந்துவிட்ட தளங்கள் சார்ந்தவையாகவும் ஒரு அளவில் தவிர்த் திருக்கக் கூடியவையாகவும் படுகின்றன. ‘உன்மத்த லகரி’ சாதாரணமாகத் தெரிகிறது. ஆனால் இதுவும் கவிஞரின் ஆளுமை சார்ந்தவைதான் என்ற நோக்கில் காணும்போது இவைக்கும் இந்தத் தொகுதியில் இடம் உண்டு என்று ஏற்றுக் கொள்ளத்தான் வேண்டியிருக்கிறது.

பல தளங்களில் இயங்குகிறது குவளைக் கண்ணனின் கவிதை. எளிமையும் செறிவும் ஒன்றாக இயங்குகின்றன. ஆச்சரியமும் அறிதலும் ஒருங்கே நிகழ்கின்றன. தற்கணத்தில் தன்னை இழந்துவிடும் சிறுகுழந்தையின் இயல்பான தீவிரத் தன்மை வெளிப்படும் இக்கவிதைகளில் தீவிரமான ஒரு மனத் தின் இயல்பான கணங்களுடைய குழந்தைமையும் மிளிர் கின்றன. இரண்டு விதமான எளிமை உண்டு. ஒன்று குழந்தை மனத்தின் எளிமை. பிறகு அறிவு சேர்ந்து, எளிமை இழந்து தவித்து, அவஸ்தைகொண்டு அலைக்கழிந்து, பின் மனம் கடந்து மலரும் புதிய எளிமை. இரண்டும் ஒன்றல்ல. குழந்தை யின் எளிமை தன்னிருப்பு அறியாதது. மனம் கடந்த எளிமை தன்னிருப்பின் ஊற்றுக் கண்ணில் தற்கணம் நிலைப்பது. இந்த இரண்டாவது எளிமையின் பார்வை அங்கங்கே வெளிச்சம் காட்டுவது இந்தத் தொகுதியின் சிறப்பு.

✵

3

கவிதை என்னும் வாள்வீச்சு

மீன்களில் சில வகைகள், கடலிலிருந்து கரையோரங்களுக்கு வருவதுண்டு. மனிதனும் பிரக்ஞை என்னும் கடலில் ஆண்டாண்டு காலமாக வாழ்ந்து பழகியவன். மீன்களின் அந்த வகையைப் போல கவிஞனும் பிரக்ஞையின் கரையோரங்களில் உலவுவதை வழக்கமாகக் கொண்டிருக்கிறான்; கவிஞன் மட்டுமல்ல, எந்தக் கலைஞனுமே.

கவிஞனாயிருக்கும் மனிதன் வாழ்வின் நடைமுறைத் தேவைகளுக்காக பிரக்ஞையின் பழகிய பிரதேசங்களில் காலம் கழிக்க நேர்கிறது. ஆனாலும் அவன் இயல்பு அதை விடுத்து தூர விலகி, வாழ்வெளியின் கரைகளுக்குச் சென்று, அதன் விளிம்புகளில் நின்று, அங்கிருந்து தெரியும் காட்சிகளைக் காண, அதில் தன்னை ஆழ்த்திக்கொள்ள, அதில் தன்னை இழக்கவே விழைகிறது.

ஆங்கிலத்தில் *Daimon* என்று ஒரு சொல் உண்டு. தமிழில் அதற்கு நேரான சொல் இருப்பதாகத் தெரியவில்லை. மனத்தின் ஆழத்தில் மையம்கொண்டு அந்த மனிதனைத் தன் வலிமையான சக்தியின் போக்கில் தன் இயல்புக்கு இணங்க இழுத்துச் செல்லக்கூடிய ஒரு விசை அது. கலைஞர்கள் அனைவருமே ஓரளவுக்காவது இந்த சக்தியின் ஆதிக்கத்திற்கு உட்பட்டவர்கள் தான். அசலான கலைஞன் ஒருவனுக்கு இது பற்றி நன்றாகவே தெரியும். அசலான ஒரு விஞ்ஞானிக்குக் கூட இது தெளிவாகத் தெரியும்.

அந்த மனிதனின் மேல்மனத்தின் விருப்பத்தைக் கணக்கில்கொள்ளாமல் தன் விசையில் அவனை இழுத்துக் கொண்டு போகும் இயல்புடையது அது. ஆக்கபூர்வமான எந்த ஒரு இயக்கமுமே இந்தச் சக்தியின் வீச்சில் நிகழ்வதுதான்.

இந்த விசையின் ஆதிக்கத்திற்கு ஆட்பட்ட ஒரு மனிதன், தினசரி வாழ்வின் பொதுமன மையத்திலிருந்து விலகி, வாழ் வெளியின் கரையோரங்களில் காலத்தைக் கழிக்கவே விரும்பு கிறான். அவசியங்களுக்காக மட்டுமே அவன் பொது இயல் புக்கு வர இசைகிறான். அவ்வாறு வந்த போதும் கடலோரக் காட்சிகள் அவன் மனத்தை முழுமையாக நடைமுறை இயல் புக்கு வர விடுவதில்லை. அந்தக் காட்சியின் ஆழ்மன அதிர்வு களை தன் மனோலயத்திற்கேற்ப மொழிபெயர்த்தாலொழிய அவன் மனம் சம நிலையை அடைவது அசாத்தியமாக இருக் கிறது.

இந்த மொழிபெயர்ப்புக்கு வலிமையான, நுட்பமான, கூர்மையான ஒரு மனம் தேவைப்படுகிறது.

கவிஞனின் மனம் ஒரு வாள். கவிதை ஒரு வாள் வீச்சு. வாளைப் பிடித்து நிறுத்தி விடலாம். வாள்வீச்சைப் பிடித்து நிறுத்தி விட முடியாது. மறுபடி ஒரு முறை வாளை வீசலாம். ஆனால் அது வேறொரு புதிய வீச்சு. இந்த வீச்சின் பார்வை யில் கண்கள் காணும் காட்சிகளின் தன்மை மாறும். மனம் பொதுவாக எடுத்துக் கொடுக்கும் எதிர்வினைகளை விடுத்து வேறு தளங்களிலிருந்து புதிய சாரங்களை வீசும். காட்சி ஒரு ரசவாத மாற்றத்துக்குள்ளாகி புதியதொரு விரிவும் ஆழமும் பெறும்.

கவிதை ஒரு மாயம் – *Magic* என்ற ஆங்கிலச் சொல்லின் உச்ச கட்டப் பொருளில். பொது விதிகளைக் கணக்கில்கொள் ளாமல் புது விதிகளை உருவாக்குகிறது கவிதை. இந்தப் புது விதிகளின் கட்டுகளற்ற சுதந்திரத்தில் எது வேண்டுமானாலும் நடக்கலாம்.

சில கவிதை வரிகளை எடுத்துக்கொண்டு என்னென்ன நடக்கிறது பார்ப்போம்.

1. இம் மேஜை டிராயரில்
கடல்
விளக்கு ஓயரில்
உலவும் புலி
கட்டிலுக்கடியில்
விண்பருந்து
கண்ணாடி தம்ளரில்
ஓடாது வெளியே
பார்த்துக் கொண்டிருக்கும்
ஜலம்

(தேவதச்சன்)

○

2. முட்டை ஓட்டின் விரிசல் வழி
நீளும்
பிஞ்சு அலகுக்கு
முதல் உணவாய்க் கிடைக்கும்
ஒரு துளி ஆகாயம்

(எம்.யுவன்)

○

3. தாரகை கடந்த ஒருபெரும் விசும்பில்
முடிவின் அருள்முகப் புன்னகை பொலியும்...

நடக்கலாம்; இருக்கலாம்; நிற்கலாம்; படுக்கலாம்;
அனைத்தும் ஒன்றுதான் அழிவுப் பாதையில்

முதலடி பதியுமுன் அடுத்ததின் வரவு
அதற்குள் மகுடியின் நாக சங்கீதம்

மகுடியின் தலையேஒரு நாக பூஷணம்
நீல நித்திலத் திராவக மயக்கம்

மகுடியின் துளைவழி பிராணனின் நடனம்:

மகுடிநாதா! வேண்டாம் என்பதா
கேளாமல் கிடைத்து நெளியும் உன் பாடலை

(ஞானக்கூத்தன்)

○

4. நெடுங்கடல் மருங்கினில் கனவினுக்கப்பால்
சிறுமணல் கரையில் உலா வருகையில்
பரவசம் பெருகும் தண்ணலை வருடி
இடையறாப் பெயரும் காலடி
தடயம் எதிலும் சரித்திரம் தேக்கி

(ஷா அ)

○

5. மலையடிவாரத் தொட்டிலில்
எட்டிப் பாராது நின்ற
கடல் ஏரி
கழுத்தின் மரகதம்

(பிரம்மராஜன்)

○

முன் கணிப்புக்கு அடைபடாதது கவிதை. நிச்சய அநிச்சயத்தைக் கடந்தது.

சொல்லை, பொருளை, மொழியின் இலக்கணத்தைக் கடந்தது. கவிதையில் தர்க்கம் இருக்கும். ஆனால் தர்க்கம் கவிதையல்ல. ஒரு உள் ஒழுங்கு இருக்கும். ஆனால் அந்த ஒழுங்கு கவிதையல்ல. இந்தக் கூறுகளெல்லாம் கவிதையின் வெளிப்பாட்டு முறைமையைச் சார்ந்தவை.

கவிதை ஒரு வாள்வீச்சு. ஒரு நொடி, ஒரு நிமிடம் என்ற காலக்கணக்கில் அடைபடாத வாழ்கணத்தை ஒரு வீச்சில் வெட்டி, அந்தக் குறுக்கு வெட்டுத் தோற்றத்தை அந்தக் கணத்தி லேயே காண்கிறது கவிதை. வாழ்கணத்தின் உண்மையைக் கண்டு பிடிப்பது அல்ல கவிதையின் நோக்கம்.

வாழ்கணத்தை உருவாக்கிய ஆக்க முறைபாட்டின் உள் கதியை, லயத்தை உணர்ந்து, இழைந்து, அதில் பங்குகொள்ள விழைகிறான் கவிஞன். ஏன், எல்லாக் கலைஞனுமே. ஒரு கணம் கண்ட வாழ்கணத்தின் குறுக்கு வெட்டுத் தோற்றத்தி லிருந்து ஒரு புதிய வாழ்கணத்தை உருவாக்க விழைகிறான். மூலக்கணத்தை மறுபடி தோற்றுவிப்பது அவனுடைய குறிக் கோளல்ல. ஆக்க சக்திகளின் இயக்கத்தில் இழைந்து பங்கு கொள்வதே அவன் நோக்கம்.

இந்த விழைவு, நோக்கம், முற்றிலும் அகவயமானது. அதனால் ஒரு கவிஞனுக்கு அறிவுபூர்வமாக இது தெரிந்திருக்க வேண்டிய கட்டாயமில்லை. வாழ்வின் எந்த அம்சத்தையும் தன் குவிமையமாகக்கொண்ட எந்தக் கவிஞனுக்கும் இது பொருந்தும். அகவுலகக் கவிதை, புறவுலகக் கவிதை, சமூகக் கவிதை, தத்துவக் கவிதை என்ற செயற்கையான பிரிவுகளுக்கு அப்பாற்பட்டது இந்த விழைவு. ஒரு கணமேனும் இந்த ஆக்க லயத்தில் பார்வை மையம்கொண்ட ஒரு கவிஞனுக்குத் தன் உள்ளுணர்வில் இது புரியும்.

வாழ்க்கை எவ்வளவு மென்மையானது, நிச்சயம் – நிச்சய மின்மைக்கு அப்பாற்பட்டது, பொதுமனத்தின் இலக்கணத் திற்குள் அடங்காதது, புதிதானது, காலத்தில் நிற்காமல் கணத்தில் நிலைப்பது என்பது ஒரு கவிஞனுக்கு, கலைஞனுக்கு அல்லது அவ்வாறான மனப்பாங்குகொண்ட ஒருவனுக்குத் தெளி வாகவே தெரியும். கவிதையேதும் எழுதாத ஒருவன் கூட இம்மாதிரியான மனப்பாங்குகொண்டிருக்கும் பட்சத்தில் உள்ளுக்குள் ஒரு கலைஞனாகத்தான் வாழ்கிறான். வாழ் வெளியின் கரையோரங்களில் உலவிக்கொண்டு இருக்கிறான்.

*

4

பிரம்மராஜன் கவிதைகள்
ஒரு பார்வை

கவிதை எழுதுவதும் வாசிப்பதும் சந்திப்பின் தன்மையைக்கொண்டிருக்கின்றன. ஒருவரை அல்லது ஒருத்தியை நாம் முதல் முறையாகச் சந்திக்கும் நேரத்தில் மேல்மனம் அந்த நபரின் முகத்தையும் அதில் தென்படும் பாவத்தையும் பார்த்துக்கொண்டிருக்கும்போது, ஆழ் மனம் தன் பல்லாயிரக்கணக்கான பதிவுகளிலிருந்து அந்தக் கணம் தான் காணும் முகத்திற்கு, முகபாவத்துடன் பொருந்தி வரும் ஒரு பதிவைக் கண நேரத்தில் தேர்ந்தெடுக்கிறது. முதல் சந்திப்பில் ஏற்படும் ஒவ்வொரு பரிமாற்றமும் பகிர்ந்துகொள்ளப்படும் ஒவ்வொரு சொல்லும் நனவு மனத்தின் எல்லைகளுக்கு அப்பால் நனவிலியில் தோய்ந்து நிற்கும் எண்ணற்ற பிம்பங்கள், அவை தொடர்பான உணர்வுகள், உணர்ச்சிகள், நெருடல்கள், அனுபவ சாரங்கள், அமைதி, அமைதியின்மை, பயம், ஆச்சரியம், கோபம், ஆசை, பச்சாதாபம், பரிவு, மென்மை, கலக்கம், எப்போதாவது எல்லை கடந்து நீள்வெளிக்குள் பாயும் உணர்வு, இவை போன்ற நனவு மனத்தின் இலக்கணத்திற்கு உட்படாத எதிர்வினைகளைக் கிளர்த்துகின்றன.

நனவிலி பல தளங்களைக்கொண்டது. பல பிரக்ஞை நிலைகளை மேற்கொள்ளக் கூடியது. பலவிதமான அக அனுபவங்களை விளைவிக்கக் கூடியது. தன்னை ஒரு தனி உயிரென அடையாளம் கண்டுகொள்ளக் கூடிய வயதை அடையும் முன்பே, உலகம் பற்றிய விவரமறியத் தொடங்குவதற்கு முன்பாகவே நிகழ்ந்த அனுபவங்களையும் அது தனக்குள் பதிவுகொண்டிருக்கிறது. ஒவ்வொரு கணமும் உள்ளே பதிவாகும் ஒவ்வொரு அனுபவமும்

நனவிலியின் அமைப்பைப் பாதிக்கக் கூடியதாக இருக்கிறது. ஆழமான பாதிப்பை ஏற்படுத்தவல்ல அனுபவங்கள் நனவிலியின் கட்டுக்கோப்பையே மாற்றியமைக்கக் கூடியதாக இருக்கிறது. இது ஒரு தளம்.

இன்னும் ஆழமான தளத்தில் தனி உயிரெனத் தான் கொண்ட அனுபவங்களையும் கடந்து, மனித இனத்தின் மொத்த அனுபவச் சாரத்தைத் தன்னுள்கொண்டு இயங்கும் தளமும் இருக்கிறது. இந்தத் தளத்தின் இயக்கம் பெரும் மாயத் தன்மை வாய்ந்ததெனக் கருதக்கூடியதான தன்மையுடன் நிகழ்கிறது. தனிமனம் அறியாத, தன் வாழ்நாளில் நேரடியாக அனுபவித்து உணர்ந்திராத பதிவுகள், தனி மன இயக்கத்தின் எல்லைக்குள் அடங்காமல் சுய இயக்கம்கொண்டு மனிதப் பிரக்ஞையில் பற்பல சாகசங்களை நிகழ்த்த வல்லவையாக இருக்கின்றன.

ஆழ்தள நனவிலியின் பிம்பங்கள் பிரக்ஞையில் மேலெழுந்து வரும்போது எதிர்பாராத சந்திப்பாகத்தான் அது நிகழ்கிறது. நனவு மனத்தின் கட்டுக்கோப்பை அது சில சமயங்களில் ஆழமாகப் பாதிக்கிறது. இனம் புரியாத சோகத்தையும் அல்லது காரணமற்ற ஆழமான சந்தோஷத்தையும் கொடுக்கவல்லதாக அது அமையக்கூடியது. சில சமயம் நனவு மனத்தை நிரந்தரமாக மாற்றியமைத்துவிடவும் செய்யும். மனத்தைப் பேதலிக்கவும் அல்லது ஒரு வேளை ஆனந்தத்தின் ஆழ்வெளிக்குள் இழுத்துச் சென்று முக்கியெடுக்கவும் அது செய்யக்கூடும். ஏறக்குறைய சுய உயிரும் இருப்பும்கொண்ட, நமக்குச் சற்றும் பரிச்சயம் அற்ற பிம்பங்களை நாம் எதிர்கொள்ளவும் கூடும். வெளியுலகில் நாம் யாரையும் சந்திக்காத நேரத்திலும் நம்முடன் நாம்கொள்ளும் உறவிலேயே இது நிகழ முடியும்.

கவிதை எழுதுவதிலும் வாசிப்பதிலும் இதே முறைபாடு நிகழ்கிறது. ஏதோ ஒரு காட்சி, ஒரு சம்பவம், கவி மனத்தின் ஆழத்தில் கிளர்த்திவிடும் எதிர்வினைகளே கவிதையின் உருக்கொள்ளலில் பெரும் பங்கு வகிக்கின்றன. நனவு மனம் அறியாத அர்த்தத் தொடர்புகள் நனவிலியின் மெல்லிருளில் இசைவு கொள்கின்றன. பொருள் சேர்த்து, சொல்லெடுத்து, நனவிலியின் இயக்கம் நனவுச் சித்திரங்களென வெளிப்பட்டுக் கவிதை வரிகளாக, பிம்பங்களாக, உருக்கொள்கின்றன. கவிதையின் உள்ளடக்கத்தை மட்டுமில்லாமல் கவிதையின் அடிப்படை அமைப்பையும் கட்டுக்கோப்பையும் கூட நனவிலியின் கட்டமைப்புகள் பெருமளவுக்கு முடிவு செய்கின்றன.

கவிதை வாசிக்கும்போது இதே முறைபாடு தலைகீழாக நடக்கிறது. கவிதையின் சொற்கள் வாசக மனத்தில் நுழைந்து,

இதே போன்று உள்ளே பொதிந்து கிடக்கும் ஆழ்மன வேட்கைகள், நெரிசல்கள், வேதனைகள், ரணங்கள் இவையெல்லாம் நனவு மனத்தின் வெளிச்ச வட்டத்திற்குள் வெளிப்பட்டு, தம்மை அனுபவம்கொள்வதற்கு ஏதுவாக உருவமும் தோற்றமும்கொண்டு மேலெழுகின்றன. இதனால்தான் ஒவ்வொரு வாசகர் மனத்திலும் ஒரு கவிதை வெவ்வேறு எதிர்வினைகளைத் தோற்றுவிக்கிறது.

ஒரு நல்ல கவிதை உடலிலும் அதில் ஆழ்ந்திருக்கும் உள்ளுணர்விலும் ஆழமான மாற்றத்தை விளைவிக்கக் கூடியதாக இருக்கிறது. பிரக்ஞையில் ஒரு ரசவாதத்தைத் தோற்றுவிக்கக் கூடியதாக அமைகிறது. அதிர்ச்சி தரக்கூடியதாகவும் இருக்கிறது. இந்தச் சொல்லுக்கு இதுதான் பொருள், இந்தப் படிமத்திற்கு இதுதான் அர்த்தம் என்று அறிவின் எந்த வரையறைக்குள்ளும் பொருத்திவிட முடியாதபடிக்கு ஒரு கவிதை அமைந்துவிட முடியும். வெவ்வேறு சமயங்களில் வெவ்வேறு உணர்வுகளையும் உணர்ச்சிகளையும் உள்மனத் தொடர்புகளையும் வாசக மனத்தில் ஏற்படுத்திவிடக் கூடியதாக ஒரு கவிதை அமைந்துவிடக்கூடும். நேரடி தர்க்கத்தின் இலக்கண வரம்புகளைக் கணக்கில் எடுத்துக்கொள்ளாமல் ஒரு கவிதை ,இயக்கம்கொள்வது சாத்தியம். நனவு மனத்தின் எல்லைகளைக் காணாமல் போகச் செய்து, நனவிலியின் பிம்பங்கள் நர்த்தனமாடும் மேடையாக வாசக மனத்தை மாற்றிவிட முடியும் ஒரு நல்ல கவிதையால்.

'புரிதல்' என்று நாம் பொதுவாக நினைப்பது நனவு மனத்தின் அமைப்புக்குள் கவிதையை பொருத்திவிட முடிவதுதான். ஆனால் அந்த வகையான 'புரிதலை' மீறி ஒரு நல்ல கவிதை வாசக மனத்தில் சில சாகசங்களை நிகழ்த்திவிடும் வல்லமை வாய்ந்தது. என்ன புரிந்துகொண்டிருக்கிறோம் என்று அறிந்துகொள்வதற்கு முன்பாகவே மன ஆழத்தில் சில உணர்வுத் தொடர்புகளை ஒரு நல்ல கவிதை உருவாக்கிவிடுவது பெரும்பாலும் சாத்தியம்.

மனத்தில் ஒரு ஆழமான கலக்கத்தையோ அல்லது சில நேரம் காரணம் புரியாத ஒரு பெரும் சிரிப்பையோ கூட ஒரு கவிதை ஏற்படுத்திவிட முடியும். அல்லது மனத்தின் இருண்ட ஆழங்களில் பல காலமாக இருந்துவந்த ஒரு சிக்கலை அவிழ்த்துவிட்டு இனம் தெரியாத பெரும் ஆசுவாசத்தையும் ஏற்படுத்தவல்லது கவிதை. கவிதை என்னும் பிரதேசத்தினுள் நுழைவது என்பது தன் ஆழ்மனத்தினுள் உட்புகும் சாகசத்துக்கு ஈடானது. அல்லது இந்த இரண்டும் ஒரே இயக்கத்தின் இரண்டு அம்சங்களென்றும் கொள்ளலாம்.

இதுதான் நோக்கம் என்று மேல்மனத்திற்குத் தெளிவாகத் தெரியாத ஒரு பயணம்தான் வாழ்க்கை; கவிதையும் அது போலத்தான். அடுத்த கணம் எதிர்கொள்ளப்போவது இது தான் என்று வரையறுக்க முடியாத நிலை இந்த இரண்டிலுமே இயக்கம்கொள்கிறது.

வாழ்வெளியுடன் தனக்குள்ள உறவை ஒருவன் அல்லது ஒருத்தி தன் பிரக்ஞையின் பல தளங்களில் அனுபவம்கொள்வது நடந்துகொண்டுதான் இருக்கிறது. மேலோட்டமாகவோ அல்லது மாறாக மிகவும் ஆழத்திலோ அந்த உறவு எந்த ஒரு கணத் திலும் நிலைகொள்ள முடியும். உட்சென்று தாக்க முடியும்.

நல்ல கவிதை எல்லாவற்றிற்கும் இந்த முறைபாடு (*Process*) பொருந்தும் என்றாலும் பிரம்மராஜனின் கவிதைகளில் இந்த அம்சம் மிகவும் தூக்கலாகவும் வெளிப்படையாகவும் மேலெழுந்து வருகிறது. 'நனவிலிதான் என் தெய்வம்' என் கிறார் அவர். உண்மைதான் என்று சொல்லத் தோன்றுகிறது.

'ஆயிரம் கால் மண்டபம்' என்றொரு கவிதை. இந்தக் கவிதை முழுவதையும் பார்ப்போம்.

உன் காதலியின் மார்பை வியந்துகொண்டிருக்கிறது
கோயிலின் ஆண்சிலை
அவள் முதுகு மட்டும் தெரிகிறதுனக்கு
பூத்திருக்கும் தும்பை மலர்
பார்த்திருக்கிறது அவள் பூக்களை
மண்டபத்தின் ஆயிரம் கால்களில்
ஒன்றிலும் உரசாமல் ஒரு வௌவால் திரும்புகிறது
முன்சென்று பாராது
நீட்டிப் படுத்திருக்கும் கடவுள் என்றால்
அமர்ந்திருக்கும்
பெண்
உன் அம்மா மண்டபம்

காதலனுக்கு முதுகு மட்டும் தெரிய, கோயிலின் ஆண் சிலை காதலியின் மார்பை வியந்து கொண்டிருக்கும் பிம்பம் வாசிக்கும் கணத்தில் ஒரு ஆழமான அதிர்ச்சியை ஏற்படுத்து கிறது. பிரக்ஞையற்றது என்ற எண்ணத்தில் ஆண்சிலைமுன் காதலிக்குப் பின்னால் இயல்பாக நின்றுகொண்டிருக்கும் நிலையில், தன் கண்களுக்குத் தெரியாத காதலியின் மார்பை அந்தச் சிலை பார்ப்பதோடு மட்டுமில்லாமல் 'வியந்து' கொண்டும் இருப்பது, நனவு மனத்தின் இலக்கணத்தை மீறிய செயலாக இருப்பதோடு மட்டுமின்றி, சமூகமனத்தின் மதிப்பீடு களை மீறியதாகவும் உள்ளதுதான் அதிர்ச்சிக்குக் காரணமாக அமைகிறதென்று சொல்லலாம். அவள் பூப்போட்ட வெள்ளை

உடை அணிந்திருக்கிறாளோவென்று தோன்றுகிறது தும்பை மலர் பற்றிய குறிப்பு. இந்தக் கவிதை நனவிலியின் இருள் பிரதேசத்தில் நிகழ்கிறது என்பதை ஆயிரங்கால் மண்டபத்தின் ஒரு காலிலும் உரசாமல் திரும்பும் வௌவால் காட்டுகிறது என்றும் சொல்லத் தோன்றுகிறது. கால்நீட்டிப் படுத்திருக்கும் கடவுள், அம்மா மண்டபம் இரண்டும் திருவரங்கக்கோயிலை நினைவூட்டுகின்றன.

கவிதையில் ஏற்படும் பல பொருள் தொடர்புகள் கவிஞ னின் தனி நனவிலி *(Personal Unconscious)*யின் இயக்கமாக இருப்பதற்கான சாத்தியம் இருந்தாலும் அடிப்படையில் தனி நனவிலியும் கூட்டு நனவிலி *(Collective Unconscious)*யி லிருந்தே உருக்கொண்டெழும் காரணத்தால் வாசக மனத்தில் உள்ளார்ந்த எதிர்வினைகளைத் தோற்றுவிப்பது தவிர்க்க முடியாததாக இருக்கிறது.

'யுகாதிகனும் நான்கு பெண்டிரும்' என்ற கவிதையின் பிம்பங்கள் மனத்தில் ஏற்படுத்தும் சலனங்கள் விசித்திரமானவை யாக இருக்கின்றன (பிருஷ்டமும் மார்பகமும்/இடம் மாறிப் போனவள்/வலது செருப்பை மாற்றியணிகிறாள்/அவளிடம் உன் திசையறிவு பலிக்காது' என்ற வரிகளை வாசிக்கும்போது, மனம் மாறி மாறி மடிப்புகளுக்கும் விரிவுகளுக்கும் உள்ளாகும் அனுபவம் ஏற்படுகிறது.

நனவு மனத்தின் (மேல்தளப் பிரக்ஞையின்) கட்டுப்பாட்டை விடுத்துவிட்டால் நனவிலி செய்யும் ஜாலங்கள் மிகவும் சுவாரஸ்யமானவையாக இருக்கின்றன. ஆனால், அதில் எந்த விதமான கட்டமைப்பும் இருக்காது என்று எண்ணுவது தவறு. தனக்கேயான கட்டமைப்பைக்கொண்டிருக்கிறது நனவிலி. அதன் கட்டமைப்பு தனிமனத்தின் நோக்கங்களை மீறியதாக இருக்கிறது. வெறும் தினசரி வாழ்க்கை சார்ந்த கட்டமைப்பு கள் மட்டுமே மேல்மனத்தின் அக்கறையாக இருக்கின்றன. அந்த அக்கறைகளை விடுத்தால் நனவிலி (ஆழ்தளப் பிரக்ஞை) சொல்லையும் பொருளையும் பொருள் தொடர்புகளையும் தன்வயமானதொரு கட்டமைப்பில் இயக்குகிறது. அந்த மாதிரி யான கணங்களில் கவிஞனின் மனம் ஒரு விதமான நிச்சய மின்மையை உணர முடியும்.

பிரம்மராஜனின் கவிதைகளை வாசிக்கும்போதும் அந்த விதமான உணர்வு ஏற்படுவது தவிர்க்க முடியாதாகிறது. ஒரு கவிதையில் வெளிப்பட்டிருக்கும் படிமங்கள் எந்த அடிப்படை யில் ஒன்று சேர்க்கப்பட்டிருக்கின்றன, எந்த விதத்தில் தொடர்பு படுத்தப்பட்டிருக்கின்றன என்று நேரடியான தர்க்கத்தில் சொல்லிவிட முடியாதபடிக்கு நனவிலியின் கட்டுக்கோப்பில்

பின்னப்பட்டிருக்கின்றன. ஒரு விதத்தில் சொல்லப்போனால், பிரம்மராஜனின் கவிதை 'புரிகிறது – புரியவில்லை' என்ற மேல்மனத்தின் பிரிவுக்குள் அடக்கிவிட முடியாததாக இருக் கிறது.

'அன்னம் உன் ஓவியம்' என்ற கவிதை. மனத்தில் ஒரு பிம்பம் தோன்றிப் பொருளுருவம்கொள்ளும் முன்பாக அது கலைந்து அடுத்த பிம்பம் தோற்றம்கொள்ளுகிறது. ஒவ்வொரு படிமமும் வாசகனின் இறந்த காலத்திலிருந்து ஏதேதோ நினைவு களைக் கூவியழைக்கிறது. மிகவும் வேறுபட்டதான ஒரு அனுப வத்தை இந்தக் கவிதை தருகிறது.

இவரது கவிதைகளைப் படிக்கும்போது வேறொரு மனோ பாவத்தை மேற்கொள்ள வேண்டும். அதாவது கவிதை என்ன சொல்கிறது என்று பார்க்க முயலாமல், அதைப் 'புரிந்து' கொள்ள முயலாமல், அதை வாசிக்கும்போது தனக்குள் என்ன ஏற்படுகிறது என்பதில் கவனம்கொள்ள வேண்டும். அப்போது 'புரிதல்' என்று நாம் பொதுவாகக் குறிக்கும் மனப் படுதலுக்குப் பதிலாக வேறொரு விதமான மனப்படுதலுக்கு ஆளாகிறோம். அதிலும் ஏதோ ஒரு புரிதல் நிகழாமலில்லை. ஆனால் அது ஒரு கருத்தாகவோ செய்தியாகவோ அல்லது ஒரு உண்மையைத் தெரிவிப்பதாகவோ இருப்பதில்லை. பிரம்ம ராஜனின் கவிதை தன்னை நிகழ்த்திக் காட்டுவதற்கு வாசக னிடம் இடம் கேட்கிறது. அந்த இடத்தை வாசகன் தரும் பட்சத்தில், அந்த அளவுக்கு, அந்தக் கவிதை அங்கு 'நிகழ்கிறது'. மேல் மனத்துக்கு இந்த மாதிரியான 'நிகழ்தல்' பரிச்சயமற்ற தாக இருக்கும் வரைக்கும் இவரது கவிதைகள் 'புரியாமல்' போகின்றன. இந்தக் கவிதைகளில் மேல்மனத்தின் பங்கு மிகவும் குறைவாகவே இருக்கும் காரணத்தால் இந்தக் கவிதை களை உள்வாங்கிக்கொள்வதிலும் மேல்மனத்தின் பங்கு குறை வாகத்தான் இருக்க முடியும். இவரது கவிதைகள் பெருமள வுக்கு ஆழ்தளப் பிரக்ஞையிலிருந்து வெளிப்படுவதால் அதை உள்வாங்கிக்கொள்வதும் அங்குதான் நிகழ முடியும்.

நனவு மனத்தளமும் நனவிலியின் பல தளங்களும் சேர்ந்ததுதான் நம் பிரக்ஞை. ஒவ்வொரு கணமும் நம் பிரக்ஞை யின் பல தளங்களுக்கிடையில் ஏற்படும் பரிமாறல்கள் சில முறைபாடுகளுக்குட்பட்டு நடக்கின்றன. இந்த முறைபாடுகள் கலாச்சார அமைப்புகளை ஒட்டியே பொதுவாக நிகழ்கின்றன. பிரக்ஞையின் கலாச்சாரக் கூறுகள் இந்தப் பரிமாறல்களை வழிநடத்திச் செல்கின்றன. ஆனால் அக வளர்ச்சியின் போக்கில் இந்த முறைபாடுகளின் வரையறைகளைக் கடந்து செல்ல வேண்டியிருக்கிறது. இதனால் அக அனுபவத்தில் பல மாற்றங்கள்

நிகழ்வது சாத்தியம். இப்படி இந்த அக அமைப்புகளை மீறிச் செல்வதும் ஒரு இலக்கணத்தின்படிதான் நடக்கிறது. ஆனால் இந்த இலக்கணம் மனிதப் பிரக்ஞையின் உருவாக்கமாக இல்லாமல் பிரபஞ்ச இயக்கத்தின், இயற்கையின், உட்கூறுகளைச் சார்ந்து இயங்குவதாக அமைந்திருக்கிறது.

பிரம்மராஜனின் கவிதைகளில் இந்த ஆழமான பரிமாறல் நிகழ்வதைக் காண முடியும். வாசிக்கும்போது மனம் பிரக்ஞை யின் பல்வேறு தளங்களில் பாய்ந்து புகுந்து புதிய பொருள் தொடர்புகளை உருவாக்கும் முறைபாட்டை அனுபவம்கொள்ள முடியும்.

நாம் பொதுவாக 'என் மனம்', 'என் பிரக்ஞை' என்று சொல்கிறோம். வெறும் பேச்சு வழக்கில்தான் இது பொருந்தும். உண்மையில் மன இயக்கமும் பிரக்ஞையின் ஆழ்நிலை இயக்க மும் கொஞ்சமும் நம் கட்டுப்பாட்டில் இல்லை. மாறாக நாம் அதன் கட்டுப்பாட்டில் இருக்கிறோம். அது ஆக்கித் தரும் அனுபவங்களைத்தான் நாம் அனுபவிக்கிறோம்.

நம் பிரக்ஞையின் ஆழ்தளங்களில் புராதனமான தளங்கள் இருக்கின்றன. அவையும் நம் வாழ்வனுபவத்தில் தம்முடைய தவிர்க்க முடியாத பங்களிப்பைச் செய்கின்றன. பிரம்மராஜனின் கவிதைகளில் சில சமயம் இம்மாதிரியாக புராதனமான தளங் களிலிருந்து பிம்பங்கள் எழுந்து வருவதைக் காண முடியும். கூடவே தற்போதைய உலகின் பிம்பங்களும் கூட்டமைவாக ஒத்து வருகின்றன.

'மொழி மனதில் ஏற்படுத்தும் ஒலிச் சலனங்களையும் அந்த ஒலிச் சலனங்களினூடே அர்த்தச் சலனங்களும் உண் டாகும்போது மிகச்செறிவான ஒரு கவிதை கிடைக்கிறது' என்கிறார் பிரம்மராஜன். ஓரிடத்தில் தன் கவிதை பற்றி. தொடர்ந்து, 'எனினும் இது நினைத்தபோதெல்லாம் மண்டையின் கைக்கெட்டாது. மனதின் பிடிக்கும் எட்டாது. சில வார்த்தை களோ வாக்கியத் தொடர்களோ ஏன் அந்த மாதிரி மனதின் கூடங்களில் திடீரென்று கிளம்பியலையத் தொடங்குகின்றன என்பதற்கு அறிவியல் ரீதியாகவோ (மனோவியலிலும் கூட) தர்க்கவியல் ரீதியாகவோ காரணங்களைக் கண்டுபிடிக்க முடிவ தில்லை. கவிதை எழுதுவது என்பதே ஒரு வினோத மனநிலை தான்.' என்று முடிக்கிறார்.

இன்றைய அறிவியலும் (அதிகாரபூர்வமான மனோவியலை யும் சேர்த்து) தர்க்கமும் இன்னும் பிரக்ஞையின் ஆழ்நிலைகள் பற்றிய விசாரணையைத் தீவிர முனைப்புடன் மேற்கொள்ளத் தொடங்கவில்லை. பிரக்ஞை பற்றிய விசாரணைகள் இன்னும்

தத்துவம் ஆன்மீகம் போன்ற துறைகளைச் சார்ந்ததாகவே கருதப்பட்டு வருகிறது. ஆனால் மனோவியலின் அடுத்த கட்ட வளர்ச்சி இந்த விஷயத்தைக் கணக்கில் எடுத்துக்கொள்ளக் கூடிய சாத்தியம் மிகவும் பிரகாசமாகவே தெரிகிறது.

கவிதையின் முறைபாடு எப்போதுமே ஓரளவுக்கு ஆழ் மனத்தின் இயக்கத்தைச் சார்ந்ததுதான் என்றுகொண்டாலும் பிரம்மராஜனின் கவிதைகளில்தான் இந்த ஆழ்மன இயக்கத்தின் கூறுகள் இவ்வளவு நுட்பமாக வெளிப்பட்டுள்ளன.

'நிஜமும் நிழலும்' என்ற கவிதை தன் முறைபாட்டில் மட்டுமில்லாமல் உள்ளடக்கத்திலும் மேல்மன/ஆழ்மன (நனவு/நனவிலி) இயக்கங்களை பிரதிபலிப்பதைக் காண முடிகிறது.

நாய்க்கும் சிறுத்தைக்கும் வித்தியாசம் தெரியாதவன்
தெருவில் வந்தான்
கனவரித்த பெண் முகம் தேடி
கையில் மிச்சமிருந்த சில்லறையும் சாவிகளும்
செல்லாதவை
ஜடைப் பின்னலுடன் சென்றவன் பின்
செல்லுமுன்
அவனை வழி மறித்தது
நிஜ நாய் நிழல் மறைவில்
அவன் சிறுத்தை
என மயங்கி
பயத்தில்
சிலையாய்.

மனோவியலில் 'நிழல்' என்பது ஒரு முக்கியமான கருத் தாக்கம். நாம் நம் ஆளுமையில் சேர்க்க விரும்பாத, சேர்க்க இயலாத அம்சங்களை ஆழ்தளங்களுக்குள் தள்ளிப் புதைத்து விடுகிறோம். ஆனால் அவை உள்ளே தொடர்ந்து இயங்கிக் கொண்டுதான் இருக்கின்றன. அதை 'நிழல்' (*shadow*) என்று மனோவியலில் குறிப்பிடுவார்கள். நாம் வாழ்வில் சந்திக்கும் பிற நபர்களின் மேல் அந்த அம்சங்களை நாம் அறியாமல் பிரதிபலிக்கிறோம் (*projection*). இதனால்தான் சிலர்மீது நமக்கு காரணம் தெரியாத அசூயையும் எரிச்சலும் ஏற்படுகின்றன. அதாவது நம் நிழலின்மேல் நமக்கு ஏற்படும் எதிர் வினைகளே அவை.

இந்தக் கவிதையில் நாய் நிஜம் எனவும் சிறுத்தை நிழல் எனவும் கொள்ளலாம். கவிதையில் வரும் அவன் நிஜத்துக்கும் நிழலுக்கும் வேறுபாடு தெரியாதவன் என்று கொள்ளலாம். 'கனவரித்த பெண் முகம் தேடித்' தெருவில் வருகிறான் அவன். மனோவியலின் இலக்கணத்தில் 'தெரு' என்பதை அவனுடைய

வாழ்க்கைப் பாதை என்று எடுத்துக்கொள்ளலாம். அவன் கையில் மிச்சமிருப்பது கொஞ்சம் சில்லறையும் சில சாவிகளும். ஆனால் அவை செல்லாதவை; பயன்படுத்த முடியாதவை. கனவரித்த பெண், ஜடைப் பின்னலுடன் செல்கிறாள். அவள் பின்னால் செல்லும் முன் நிஜ நாய் நிழல்மறைவில் வழி மறிக்கிறது. ஆனால், அதை அவன் சிறுத்தை என்று மயங்கி, பயந்து சிலையாய் உறைந்து நிற்கிறான்.

மனோவியலில் – குறிப்பாக கார்ல் குஸ்தாவ் யூங் *(Carl Gustav Jung)* என்னும் மனோவியலாளரின் கோட்பாடான பகுப்பாய்வு மனோவியலில் *(Analytical Psychology)* – கனவுகளில் தோன்றும் பெண்ணுருவம் பொதுவாக ஆண்மனப் பெண் பிம்பத்தையே *(Anima)* குறிக்கிறது பெண்மன ஆண் பிம்பம் *(Animus)* என்று குறிப்பிடப்படுகிறது. கவிதையில் வரும் ஆண் தன் ஆழ்மனத்திலிருந்து வெளிவந்த பெண் பிம்பத்தைத் தொடர்ந்து 'தெரு'வில் செல்லும்போது, எதிர்ப்படும் நாயை 'சிறுத்தை' என்று மயங்கிப் பயத்தில் உறைந்து நிற்கிறான். 'சிறுத்தை' என்பது இங்கே அவன் தனக்குள் புதைத்துவிட்ட வன்முறையை, வேகத்தை அல்லது தைரியத்தைக் குறிக்கிறது என்று கொள்ள இடமுண்டு. 'ஜடைப் பின்னல்' என்னும் பிம்பம் இவன் மனதில் பெண் சார்ந்த சிக்கலைக் குறிப்பதாகக் கருத முடியும்.

'நிழல்' *(shadow)* என்பதைவிட ஆண்மனப் பெண் பிம்பம் *(Anima)* மனிதப் பிரக்ஞையின் இன்னும் ஆழமான தளத்தில் இயங்கும் ஒரு மூலரூபம் *(Archetype)*. ஒரு ஆணின் அகவாழ்க்கையைப் பெரும் அளவுக்குப் பாதிக்கக்கூடிய மூலரூபம் அது. ஒரு மனிதனின் (ஆண் அல்லது பெண்) வாழ்வில், 'தனித்துவமடைதல்' *(Individuation)* என்னும் அகவளர்ச்சி சார்ந்த முறைப்பாட்டில் இந்த மூலரூபங்களின் பங்கு மிகவும் முக்கியத்துவம் வாய்ந்தவை. இது பற்றி இதைவிட விரிவாகச் சொல்வதற்கு இங்கே இடமில்லை. மேற்கொண்டு பிரம்மராஜனின் கவிதையைப் பார்ப்போம்.

'யாருக்கு வாய்க்கும்' என்ற கவிதை.

குதிரைப் பெண்ணைக் கண்டவர்
மறந்திலர்
முகமும் வாலும் ஒன்று
கைகள் – கால்கள்
தலை – வால்
கூந்தல் விரிந்தால் முன்னால் தலை
பிரிந்து பறந்தால் பின்னால் வால்
பிருஷ்டத்தை முறைத்துப் பார்க்கலாகாது

தாடிவைத்த சிங்கம் தயாராய் நிற்கிறது
வளர்ப்பு நாயைப்போல
பிளாஸ்டிக் பந்து விளையாடத் தயாரில்லாதது
தொடுவான் இரையைத் தவிர
வேறெதையும் தீண்டாதென
தெரிந்தால் மாத்திரம்
முன்சென்று
குதிரை முகத்தைத் திருப்பி
பெண்ணாக்கிக் கொஞ்ச
வாய்க்கும் யாருக்கு.

எது முகம், எது வால் என்று தெரியவில்லை. சுய பிம்பம் அற்றுப் போனதற்கு அடையாளமாக இதைக்கொள்ளலாமா? தாடி வைத்த சிங்கம் என்பது சோர்ந்துபோன வீரியத்தைக் குறிப்பதாகக் கொண்டால், அது வளர்ப்பு நாயைப் போல நிற்கிறது. ஆனால் மற்ற வளர்ப்பு நாய்களைப்போல் பிளாஸ்டிக் பந்து விளையாட்டுக்குத் தயாரில்லாததாக இருக்கிறது. முன்சென்று, குதிரை முகத்தைத் திருப்பினால் பெண்ணாக்க முடியும். அதன் பிறகுதான் கொஞ்சும் வாய்ப்பு. ஆனால் 'தொடுவான் இரையைத் தவிர வேறெதையும் தீண்டாதெனத் தெரிந்தால் மாத்திரம்'தான் முன்சென்று குதிரை முகத்தைத் திருப்ப முடியும் பெண்ணாக்கும் வல்லமை பெறுவதற்கு ஏதோ ஒரு தகுதி தேவைப்படுகிறது. சிங்கம் இளைத்துவிட்ட வீரியமாக இருந்தாலும் இன்னும் அதன் அடிப்படைத் தன்மை, ஒரு மேன்மை அற்றுப்போய்விடவில்லை என்பது தெரிகிறது.

'இரண்டு போர்ஸலின் ஜாடிகள்' என்னும் கவிதை.

சிங்கத்திடம் நூடில்ஸ் தந்து ஏமாற்றும் வித்தை
யறிந்த ஒருவன் தவறிக் கையைக்
கொடுத்தான்
அதுவோ கட்டெறும்புகள் மொய்க்கும்
புளிப்பு ஜாங்கிரியைக் குறி வைத்திருந்தது
கோழி இறைச்சியை
இப்பொழுதுதான் பொரித்துக்கொண்டிருக்கும்
முட்டைகளை ஏறெடுத்தும் பார்க்கவில்லை
இரு போர்ஸலின் ஜாடிகளுடன்
அவன் காதலி
வந்தவுடன்
நிலைமை
கட்டுக்கடங்கியது

இதிலும் சிங்கம். நூடில்ஸ் தந்தால் ஏமாந்துவிடும் சிங்கம். தன் மேன்மையை மறந்துவிட்டிருக்கிறது இந்தச் சிங்கம். தன் பெருமைக்குப் பங்கமாக, சுயத்தன்மைக்கு மாறாக, கட்டெறும்பு கள் மொய்க்கும் புளிப்பு ஜாங்கிரியைக் குறி வைத்திருக்கிறது

அது கோழி இறைச்சியையும் பொரித்துக்கொண்டிருக்கும் முட்டைகளையும் கூட ஏறெடுத்துப் பார்க்கவில்லை. கடைசியில் காதலி இரண்டு போர்ஸலின் ஜாடிகளுடன் வந்ததும்தான் கட்டுக்கடங்குகிறது நிலைமை. ஏன் அது? போர்ஸலின் ஜாடிகள் என்பது என்ன? காதலியின் மார்பகங்களா? ஏன் போர்ஸலின்? அவ்வளவு நொய்ம்மையானவையா அவள் மார்பகங்கள்? அப்படியென்றால்? ஏன் அவள் வந்தவுடன் நிலைமை கட்டுக் கடங்குகிறது? அதுவும் இரண்டு போர்ஸலின் ஜாடிகளுடன்? சிங்கத்தின் சுய வீரியம் காதலி வந்தவுடன் விழித்துக்கொள் கிறதா? தன் சுயத்தன்மையும் மேன்மையும் அதன் நினைவுக்கு வருகிறதா? ஆண்மனப் பெண் பிம்பத்தின் இயக்கம் ஒருவ னுக்குத் தன் சுயத்தன்மையை நினைவூட்ட வல்லது என்பது மனோவியலின் ஒரு முக்கிய உண்மை. அதைத்தான் குறிக் கிறதா இந்தக் கவிதை?

இதேபோல் 'திறவாத பாலாழி' என்னும் கவிதையும் ஆழ்மன இயக்கங்களின் பிரதிபலிப்பாக உருக்கொண்டிருக் கிறது

பாலாழியைத் திறக்கும் ஆறடிச் சாவி
பாறையில் பதிந்திருக்க
அணியும் கடிகாரங்களில்
எண்கள் ஓயாமல் துரத்திப் பிடிக்க
கட்டியணைப்போரை முலைகள் முட்டித் தள்ள
காதல் போராளர்கள் திருகுச் சங்குகளால் காயமுற
வெண்பளிங்கு மண்டபம்
கோவைக் கொடிகளால் மூச்சுத் திணற
வேடிக்கை பார்க்கிறது
மாட்டுத் தலை ஓடு
தூரத்திலிருந்து
தொலை நோக்கியுடன்.

'பாலாழி' என்பது காலமற்றதைக் குறிக்கும் ஒரு புராதனப் படிமம். கால – வெளியின் கட்டுப்பாடுகளுக்குள், அதன் வரையறைக்குள், சிக்கிக்கொண்டிருக்கும் நிலையிலிருந்து விடுபட வேண்டி அதைத் திறக்கும் நோக்கம் இருக்கிறது. அதன் சாவி ஆறடி நீளம். ஆனால், பயன்படுத்த முடியாதபடி அது பாறையில் பதிந்திருக்கிறது. எது பாறை? பாறை காலத் தின் பிம்பமா? உறைந்து போயிருக்கும் காலத்தின் பிம்பமா? அடுத்து, அணியும் கடிகாரங்களில் எண்கள் ஓயாமல் துரத்திப் பிடித்துக்கொண்டிருக்கின்றன. கால ஓட்டத்தின் துரத்தல். காலம் கடந்துபோய்க்கொண்டிருக்கிறது என்னும் பயமுறுத்தல். இந்தப் பயத்திலிருந்தும் காலத்தின் நெருக்கடிகளிலிருந்தும் விடுபட்டுத் தப்பிப் போகும் முயற்சியில் கட்டியணைக்கும்

போது முட்டித் தள்ளுகின்றன முலைகள். தீவிரத்துடன் இயங்கும் போராளர்களைத் திருகுச் சங்குகள் (முன் வரியில் சொன்ன முலைகள்?) காயப்படுத்துகின்றன. தூய்மையைக் குறிக்கும் வெண்பளிங்கினாலான மண்டபம் (தனித்துவமடையும் முறைபாட்டில் உள்ள சுயத்தின் குறியீடு), கோவைக் கொடிகளால் சூழப்பட்டு மூச்சுத் திணறுகிறது. இதையெல்லாம் தூரத்திலிருந்து தொலைநோக்கியுடன் வேடிக்கை பார்த்துக் கொண்டிருக்கிறது மாட்டுத்தலை ஓடு (மரணம்?).

அவரது கவிதைகளில் இதுபோன்று ஆழ்மன முறைபாடுகள் தொடர்பான இயக்கங்கள் இயல்பாக வெளிப்படுகின்றன. இது தமிழ்க் கவிதையில் புதியது. தனித்துவம் வாய்ந்தது. தமிழ்க் கவிதைக்கு பிரம்மராஜனின் இந்தப் பங்களிப்பு மிகவும் முக்கியமானது. பிரக்ஞையின் ஆழ்தளங்களுக்குள் கவனத்தை உட்படுத்திச் செல்லாமல் இந்த மாதிரியான கவிதையை எழுதுவது சாத்தியமல்ல என்பதைக் கருத்தில்கொண்டு பார்க்கும்போது பிரம்மராஜனின் கவிதை இயக்கம் மிகவும் முக்கியமானது.

ஒரு நேர்காணலில் பிரம்மராஜன் சொல்கிறார் – 'என் கவிதை பெரும்பாலும் ஆழ்மனத்திலிருந்துதான் உருவாகிறது... எழுதுவதற்குச் சற்று முன்பான மனநிலை விளக்கிச் சொல்லக் கூடியது அல்ல. அது எழுதப்பட்டால்தான் எழுதுபவனுக்கே தெளிவாகும்... ஆழ்மனத்தின் மொழிப் பயன்பாடு என்பது, எழுதுபவன் எழுதும்வரை அவனுக்கே புரியப் போவதில்லை.' கவிதை எழுதுவதோடு மட்டுமில்லாமல் கவிதை பற்றிய சிந்தனையிலும் பிரம்மராஜனின் பங்களிப்பு கவனத்திற்குரியது என்பதை இங்கே நினைவுபடுத்திக்கொள்கிறேன்.

அவரது 'அறிந்த நிரந்தரம்' தொகுப்பில் உள்ள கவிதைகளிலிருந்து, 'வலி உணரும் மனிதர்கள்', 'ஞாபகச் சிற்பம்'. 'புராதன இதயம்.' 'மஹாவாக்கியம்' வரையிலான கவிதைத் தொகுப்புகளையும் வைத்துப் பார்க்கும்போது. 'ஜென் மயில்' தொகுப்பிலுள்ள கவிதைகள் சுவையின் அடிப்படையில் வேறுபட்டவையாக இல்லாமல் இருக்கின்றன. ஆனால், கவிதையின் உள் இயக்கத்தில் புதிய தடங்கள் உருவாகியுள்ளன. 'தர்ப்பண வயல்', 'சில்வண்டுத் தாரை' என்னும் இரண்டு உரைநடைக் கவிதைகளும் குறிப்பிடத் தகுந்தவையாக இருக்கின்றன. 'தர்ப்பண வயல்' என்னும் கவிதையைப் பார்ப்போம்.

> தர்ப்பணம் செய்ய வந்தவர்கள் போலிருந்தார் காற்றில் சுருங்கிய நீரலை முகத்திரை விளக்கி வயலைக் கண்டார் நாலெட்டில் கணுக்கால் சேற்றில் பரம்பை இழுத்து வந்தார் எருதுகளில் பொருட்டு துக்கித்து கண்ணில்

தூசியாய் சிறுத்து மறுமுறை தோளில் பயிர்த்தலைகளைப்
பற்றிக்கொண்டார் வீசிய இடமெல்லாம் இடித்து
மாரிக்காலம் உயிர்த்தெழுந்தது அவரே நட்டார் எக்கிளி
களுக்கும் எட்டாத நெல்மணிகளை விசும்புயர

தர்ப்பணம் செய்ய வந்தவர் என்றால்? எப்படியிருப்பார் அவர்? தலையில் குடுமி வைத்துக்கொண்டு, பஞ்சக்கச்சம் கட்டிக்கொண்டு, மேலே திறந்த உடம்புடனா? அன்று அமாவாசையா? வயலுக்கு மேலே நீர் கட்டியிருக்கிறது. காற்றில் எழும்பும் அலைகள் முகத்திரையாகத் தெரிகிறது. அதை விளக்கி (விலக்கி?), தெரியும் வயலில், கணுக்கால் சேற்றில் பரம்பை இழுத்து வருகிறார். மேடும் பள்ளமுமாக இருக்கும் வயலின் பரப்பை சமன்படுத்துகிறார். மனவயலா அது? தோளில் பற்றிக்கொண்ட பயிர்த்தலைகளை வீசியெறிந்த இடமெல்லாம் இடித்து உயிர்த்தெழுகிறது மாரிக்காலம்.

மழை என்பது எப்போதுமே நனவிலியின் இயக்கத்தை, குறிப்பாக அகச் சிக்கலிலிருந்து விடுபடுவதைக் குறிக்கிறது. அதுவும் இடியுடன் கூடிய மழை என்பது நனவிலியின் ஆழ்தள இயக்கத்தை, ஆழமான அகமாற்றத்தைக் குறிக்கும். எக்கிளி களுக்கும் எட்டாத நெல்மணிகள் எவை? 'விசும்புயர அவற்றை அவரே நடுவது எதனால்? கிளிகளுக்கு எட்டாத உயரத்துக்கு அவை வளர்வது எப்படி? இது ஏதோ ஒரு புதிய பயிர். இது வரை அறியாத ஒரு பயிர். அதனால்தான் அவரே நடுகிறார். ஆழ்தள இயக்கத்தின் விளைவாக புதிய அனுபவம் விளைய விருக்கிறது. நிலத்தில் (அறிந்த உலகத்தில்) நடாமல் விசும்புயர நடுகிறார். வேறு யாரிடமும் நடுவதற்கு விடாமல் அவரே நடுமளவுக்கு மிகவும் முக்கியமான ஏதோ ஒரு புதிய பயிர். இப்படிப் பார்த்துக்கொண்டே போக முடியும்.

பிரம்மராஜனின் கவிதைகளை வாசிக்க ஆழமான பயிற்சி தேவைப்படுகிறது. அந்தப் பயிற்சியைத் தனக்காக – பிரம்ம ராஜனுக்காக அல்ல – மேற்கொள்ளத் தயாராக இருக்கும் வாசகனுக்கு இவரது கவிதைகள் சவாலாகவும் அதே சமயம் ஆழமான அக அனுபவததைத் தருபவையாகவும் இருக்கும் என்பதில் சந்தேகம் எதுவும் இருக்க முடியாது.

✵

5

கவிதையின் அணுகல்

கவிதையை அணுகுவது பற்றி எப்போதுமே பல அபிப்பிராயங்கள் இருந்து வந்திருக்கின்றன. எப்போதும் அப்படித்தான் இருக்கும் என்றும் தோன்றுகிறது. தன் அபிப்பிராயத்தை எடுத்துச் சொல்ல வரும் சிலர், தான் கவிதை பற்றிய ஒரே, சரியான, உண்மையான, அணுகு முறையைக் கண்டுகொண்டுவிட்டதாகவும் இனிமேல் மற்றவர்கள் அதை வாங்கிக்கொண்டு அதன்படி நடந்து கொண்டால் போதும் என்பதான தொனியில் பேசியதும் உண்டு.

ஆனால் எப்போதுமே கவிதை, கலை, மற்றும் இதுபோல் பௌதீக அளவுகோல்களால் அளந்துவிட முடியாத விஷயங்களைக் குறித்து அறுதியாகவும் இறுதி யாகவும் யாரும் ஒன்றும் சொல்லிவிட முடியாது. அது தான் அதன் சுவாரசியமே.

கவிதைகளையோ கதையையோ படிக்கும்போது விமரிசனப் பார்வையுடனேயே படிப்பது என்பது இப்போது ஒரு வழக்கமாகிவிட்டது. ‘வாசித்தல்’ என்னும் அனுபவம் என்பது இப்போது பத்தாம்பசலித்தனம் என்று ஆகிவிட்டது. ஒரு கவிதையை ஒருவர் படிக்கும் போது ஏற்படும் அனுபவம், அப்போதைக்கு அவருக்கு ஏற்படுவது. வேறொருவருக்கு அது வேறு மாதிரியான அனுபவத்தைத் தரலாம். அல்லது ஒருவருக்கே கூட வேறொரு தருணத்தில் அது வேறுமாதிரியான அனுபவம் கொடுக்கக்கூடும் என்கிற சாத்தியத்தை மறுப்பது, தன் அனுபவ விரிவின் சாத்தியத்தை அவரே குறுக்கிக்கொள் கிறார் என்பதாக முடியும்.

கவிதையின் சாத்தியங்கள் எந்த அளவுக்குக் கவிதை யில் உள்ளதோ அந்த அளவுக்கு வாசிப்பவரின் மனத்தி

லும் இருக்கிறது என்பதுதான் உண்மை. படிக்கும்போது கட்டவிழ்ந்த மனத்துடன் படிப்பது, புதிய பார்வைகளையும் புதிய விமரிசனக் கோணங்களையும்கூட விளைவிக்க முடியும்.

கவிதையின் சாத்தியங்களைப் படிப்பவன்தான் வரையறுக்கிறான். அது எந்த அளவுக்கு ஆழமும் அகலமும் கொண்டு விரிய முடியும் என்பதை அவனுடைய மனத்தின் வரையறைகள்தான் நிர்ணயிக்கின்றன. ஒரு கவிதை எந்த அளவுக்கு படிப்பவனின் ஆழங்களுக்குள் புக முடியும் என்பதைக் கவிதை ஓரளவுக்குத்தான் நிர்ணயிக்கிறது. ஒரு மிகச் சாதாரணமான கவிதைகூட வாசிப்பவனின் உள்வீச்சைக் கட்டுப்படுத்திவிட முடியாது. கவிதை எங்கே எல்லைக்குட்பட்டு நின்றுபோய் விடுகிறது என்பதைத் தன் உள்வீச்சு கவிதையின் எல்லைகளைத் தாண்டிப் போனபின்புதான் வாசகன் உணரமுடியும்.

கவிதையும் மனத்தைக் கட்டவிழ்க்க முடியும். ஆனால் முதலிலேயே கட்டவிழத் தயாராக, வாசகன் இருக்கும் பட்சத்தில் தான் கவிதை நிகழ்த்தக்கூடிய கட்டவிழ்வு வாசகனுக்குள் நிகழ முடியும். வெவ்வேறு தருணங்களில், வெவ்வேறு மனநிலைகளில், வெவ்வேறு அகச் சூழலில் ஒரே கவிதை ஒரே வாசகனிடத்தில் வெவ்வேறு அகநிலைகளைத் தோற்றுவிக்க முடியும்.

அமைதிப் படுகையில்

அற்புத மரங்களின் அணைப்பில்
நான் ஒரு காற்றாடி
வேப்ப மரக் கிளைகளின் இடையே
நான் ஒரு சூரியரேகை
பப்பாளிச் செடிகளின் நடுவே
நான் ஒரு இனிமை
சடை சடையாய்த் தொங்கும் கொடிகளில்
நான் ஒரு நட்சத்திரம்.

– ஆத்மாநாம்

தருணம் 1

காற்றாடி – 'தனக்கான இடத்தில் இல்லாமல் வேறெங்கோ வந்து சிக்கிக்கொண்டிருக்கும் நிலை' – இது மனத்தில் எழுகிறது. ஆனால் அது துயரமாக இல்லாமல் 'அற்புத மரங்களாக' இருக்கிறது!

குளுமையைத் தரும் வேப்ப மரக்கிளைகளின் இடையே, வெப்பத்தைத் தரும் சூரிய ரேகை! ஆனால் இங்கு சூரியனின்

வெப்பத்தைவிட அதன் ரேகைகள் மரக்கிளைகளின் இடையே புகுந்து வருவது அழகுணர்ச்சியைத்தான் தூண்டுகிறது.

பப்பாளிச் செடிகள் – ஊட்டத்தைக் கொடுக்கும் பழங்கள். இனிப்பு சற்றுக் குறைவான பழங்கள் அவை. ஆனால் நான் அந்த இனிமையாகத்தான் இருக்கிறேன்.

சடை சடையாய்த் தொங்கும் கொடிகளில் என்ன இருக்கும்? காய்கள்? கனிகள்? இல்லை. அங்கு நான் ஒரு நட்சத்திரம்! இங்கும் எதிர்பார்ப்பது இல்லாமல் வேறொன்று தென்படுகிறது. ஆனாலும் பொருத்தம் இல்லாமல் போய்விடவில்லை. இது ஒரு அழகு!

தருணம் 2

காற்றாடி எங்கு இருக்க வேண்டும்? வானத்தில்? காற்றில்? இல்லை. மனிதனின் கையில்! அவன் கை நூலில்! அவன் கையை இயக்கும் அவனுடைய மனத்தில்! மரத்தில் மாட்டிக் கொண்ட காற்றாடி – மனம், மனம் இயக்கும் கை, இதன் கட்டுப்பாட்டுக்குள் இல்லாமல் போய்விட்ட நிலை. மரங்களில் சிக்கிக் கொண்டிருக்கிறதா அது? இல்லை. மரங்களின் அணைப்பில் இருக்கிறது!

மரம் சூரிய ஒளியைத் தடுத்து நிறுத்துகிறது. நிழலைத் தருகிறது. ஆனால் சூரிய ஒளியை முற்றிலுமாகத் தடுத்து நிறுத்திவிட முடிகிறதா மரத்தினால்? அதன் இடைவெளிகளில் புகுந்து பாயும் சூரியரேகைகளை அடர்ந்த இலைகள்கொண்ட மரத்தால் என்ன செய்துவிட முடிகிறது? தடைகளை மீறி, இடைவெளிகளில் புகுந்து பாயும் ரேகைகள் அல்லவா நான்?

கொஞ்சம் பெரிய காற்றில் சாய்ந்துவிடக்கூடியது வலிமையற்ற பப்பாளி மரத்தின் தண்டு. நிழல் கொடுக்க முடியாத அடர்த்தியற்ற இலைகள். ஆனால் கனியின் இனிமை? சில அம்சங்களில் முக்கியத்துவம் குறைந்ததாக இருந்தாலும் வேறு சில அம்சங்கள் நிறைவாக இருப்பது உண்மைதானே?

வானத்தில் கைக்கெட்டாத, ஏறக்குறையக் கண்ணுக்கெட்டாத தூரத்தில் இருக்கும் நட்சத்திரம் இங்கு என்ன ஆகிறது? சடை சடையாய்த் தொங்கும் கொடிகளில் சிக்கிக்கொண்டிருக்கிறது! பார்க்கும் கோணம் நட்சத்திரத்தைக்கூடக் கொடிகளில் சிக்க வைத்துவிடுகிறது!

தருணம் 3

அற்புத மரங்கள். அற்புதம் என்றால்? இயற்கை நியதிக்கு அப்பாற்பட்டவையா அந்த மரங்கள்? எந்த விதத்தில் இயற்கை

விதிகளை மீறியவை? அதனால்தான் தன் இயல்பான இடத்தில் இல்லாமல் தன்னிடம் வந்து தஞ்சமடைந்திருக்கும் காற்றாடி யான என்னை அணைத்திருக்கிறதோ! சூரிய ரேகையான என்னை பூமியில் படாமல் தடுத்து நிறுத்திக் குளுமையை அளிக்கும் வேப்பமரக் கிளைகளின் இடையே நான் இருந் தாலும் என்னை அந்த வேப்ப மரம் என்ன செய்து விட முடியும்? ஆனால் மறுபுறம் சூரியனிலிருந்து கிளம்பி ஏறக் குறைய பதினைந்து கோடி கிலோமீட்டர்கள் வந்து சேர்ந்து விட்ட என்னை இன்னும் சில அடிகளே உள்ள பூமியை அடையவிடாமல் தடுத்துவிடும் வேப்பமரக் கிளைகள் என்னை விடப் பெரியவையா? என் வெப்பத்தைத் தணித்து குளுமை யின் நண்பனாக்கி விடுகிறதா வேப்பமரம்?

'பப்பாளிச் செடிகளின் நடுவே நான் ஒரு இனிமை' என்றால்? பப்பாளியின் இனிமை இல்லையா நான்? அதன் நடுவே என்னவாக இருக்கிறேன்? வெறும் வெளியாகவா? வெறும் வெளி இனிமையானதா?

ஏன் கொடிகள் சடைசடையாய்த் தொங்குகின்றன? அது என்ன அவ்வாறான கொடிகள்? அவ்வாறான கொடி களில்தான் நட்சத்திரங்கள் காய்த்துத் தொங்குமா? நட்சத்திரங் கள் அவ்வளவு அருகில் வந்துவிட்டனவா, அல்லது சடை சடையாய்த் தொங்கும் அந்தக் கொடிகள் அவ்வளவு தூரம் வளர்ந்துவிட்டனவா?

'அமைதிப் படுகையில்' என்ற கவிதைத் தலைப்பு. இந்த நான்குமே அமைதிப் படுகை என்று குறிப்பிடப்படுகின்றன. அமைதியின் படுகை என்றால்? நதிப்படுகைபோலவா? நதிப் படுகை மணலாலானது. அமைதிப் படுகை? எதனாலானது அது? அமைதிக்கு அடிப்படையாக இருப்பது எது? அதுதான் நானா? அதுதான் என் அடிப்படைச் சுய அடையாளமா?

தருணம் 4

இது எல்லாவற்றிலும் தான் எங்கே இருக்கிறோம் என் பதைப் பற்றித்தானே சொல்லப்பட்டிருக்கிறது? சூழமைப்பு வெவ்வேறானதாக இருந்தாலும் தன்னிருப்பு பற்றிய கவிதை தானே இது? சூழமைப்பு மாறும்போது நான் மாறுகிறேனா இல்லையா? அற்புத மரங்களின் அணைப்பில் காற்றாடியாக இருக்கும்போதும் 'நான்' நானாகத்தானே இருக்கிறேன்? வேப்பமரக் கிளைகளிடையே சூரிய ரேகையாக, பப்பாளிச் செடிகளிடையே இனிமையாக, சடைசடையாய்த் தொங்கும் கொடிகளிடையே நட்சத்திரமாக, இருக்கும்போதும் 'நான்' என்ற என் அடிப்படைத் தன்மை மாறுவதில்லையே? உருவமும்

சூழமைப்பும் என் சுய அடையாளத்தை என்ன செய்துவிட முடியும்? என்னை நானாக இல்லாமல் வேறு எதுவாகவோ யார் அல்லது எது மாற்றிவிட முடியும்? நான் நீயாகிவிட முடியுமா? அவனாக, அவளாக, அதுவாக ஆகிவிட முடியுமா? அனைத்தும் மாற்றம் கொள்ளும்போதும் மாறாத தன்மை யுடன் இருக்கும் என் சுயத்தன்மையைப் பற்றிய கவிதையா இது?

தருணம் 5

என்னைச் சுற்றி உலகம் இருக்கிறது. என் உலகத்தின் மையமாய் நான் இருக்கிறேன். இந்தக் கவிதையில் நான்கு நான்களும் அவர்களுக்கான உலகங்களும் இருக்கின்றன. நான் காற்றாடியாக இருக்கும்போது அற்புத மரங்கள் என் உலகமாக இருக்கின்றன. நான் சூரியரேகையாக இருக்கும் போது வேப்பமரக் கிளைகள் என் உலகமாக இருக்கின்றன. நான் இனிமையாக இருக்கும்போது என் உலகமாக இருப்பது பப்பாளிச் செடிகள். நான் நட்சத்திரமாக ஜொலிக்கையில் சடைசடையாய்த் தொங்கும் கொடிகள் என் உலகமாக இருக்கின்றன.

ஒரு கவிதையை – நல்லதொரு கவிதையை – ஒரு வாசகன் தன் வாழ்நாள் முழுவதும் வாசிக்க முடியும். அவன் அக வளர்ச்சிக்கேற்ப அந்தக் கவிதையும் அவனுடன் சேர்ந்து வளரும். கவிதை வாசகன் தன் முகம் பார்க்கும் கண்ணாடி. ஒருவன் ஒரு காலத்தில் எடுத்துக்கொண்ட புகைப்படம் எப்போதும் சற்றும் மாற்றமுறாமல் இருக்கும்போது, அவன் வளர வளர, முகம் பார்க்கும் கண்ணாடி அந்தந்தக் காலத்தில் – அந்தக் கணத்தில் – அவன் எப்படி இருக்கிறான் என்பதைத் தெளிவாகக் காட்டும்.

✵

6

வெளிச்சத்தின் வாசனை
பூபதி கவிதைகள்
பற்றிய குறிப்புகள்

தன் அடையாளத்தைத் தேடிப் போய்க்கொண்டிருப்பதுதான் தனிமனத்தின் அடிப்படை இயக்கமாக இருக்கிறது. இந்தத் தேடல் ஏதோ ஒரு அளவில் எல்லோருக்கும் நிகழ்ந்துகொண்டுதான் இருக்கிறது. தேடல் என்பது பலர் நினைப்பதுபோல் இலக்கியம், ஓவியம், சிற்பம் போன்ற கலைவெளிப்பாடு சார்ந்த விஷயம் மட்டுமல்ல. வாழ்வியக்கத்தின் அடிநாதமாக இது எப்போதும் இருந்துகொண்டிருக்கிறது. ஒரு வியாபாரி, ஒரு நடிகை அல்லது நடிகர், ஒரு வங்கி மேலாளர், என்று எல்லோரும் தனக்கான அடையாளத்தை எப்போதும் தேடிக்கொண்டிருக்கிறார்கள். சிலர் தன் அடையாளத்தைக் கண்டுபிடித்துவிட்டதாகக் கருதிக் கொள்கிறார்கள். கொஞ்ச காலம் கழித்து அந்த அடையாளத்தை விட்டுவிட்டு மறுபடி தன் தேடலைத் தொடருகிறார்கள். ஒரு குறிப்பிட்ட தனிமனம் எந்த அளவுக்கு இந்த இயக்கத்தைப் பற்றிய பிரக்ஞையுடன் செயல்படுகிறது என்பதில்தான் ஒருவருக்கொருவர் வேறுபடுகிறார்கள்.

சில மனங்கள் சொத்துசுகங்களில் தன் அடையாளத்தைத் தேடுகின்றன. சில மறுபால் இனத்தில். சில மனங்கள் கடவுள் என்னும் கருத்தில். சிலர் கலைவெளிப்பாடுகளின் வழியாக, கவிதை வழியாக.

மனம் ஒவ்வொரு வாழ்கணத்திலும் தான் என்று கருதும் சுய அடையாளத்தை நிறுவ எத்தனிக்கிறது. தன் மனத்தில் தான் அறியாமல் பொதிந்திருக்கும் நிழல் பிம்பங்கள் தன் மனப் பின்னணியாக இருந்து ஒவ்வொரு

வாழ்கணத்தின் தன்மையை, சுவையை, வண்ணத்தை நிர்ணயிக் கின்றன.

பொதுவாக நம் அடையாளங்கள் சார்பு அடையாளங் களாக இருக்கின்றன. பெற்றோருக்கு மகன் அல்லது மகள்; ஆசிரியருக்கு மாணவன், மாணவி; உடன்பிறந்தோர்க்கு சகோதரன், சகோதரி; குருவுக்கு சிஷ்யன்; இப்படி. சமூக கலாச்சார இயக்கங்கள் நமக்கு ஒவ்வொரு கணத்திலும் ஒவ்வொரு சந்தர்ப்பத்திலும் அடையாளங்களை (சார்பு அடை யாளங்களை) அளித்துக்கொண்டே இருக்கின்றன. குடும்ப உறவுகள், சமூக உறவுகள், வாழ்நிலைச் சந்தர்ப்பங்கள் தொடர்ந்து நமக்கான அடையாளங்களைத் தோற்றுவித்த வண்ணம் இருக் கின்றன. நமக்கு உகந்ததென நாம் எண்ணும் அடையாளங் களை உவந்து ஏற்றுக்கொள்கிறோம். அல்லாதவற்றை மறுக் கிறோம். உண்மையில் இந்த மாதிரியான அடையாளங்களை நாம் ஏற்றுக்கொள்வதும் மறுப்பதும் அடிப்படையில் ஒன்று தான். நாம் ஏற்றுக்கொள்ளும் அடையாளங்கள் முற்றிலும் நம்முடையதாக ஆகிவிடுவதும் இல்லை. நாம் மறுத்துவிட்ட அடையாளங்கள் நம்மைவிட்டு முற்றிலுமாகப் போய்விடுவதும் இல்லை. நமக்கு அடையாளங்களை அளிப்பதின் மூலமாகத் தான் சமூக ஸ்தாபனங்கள் நம்மைச் சமூகத்திற்குள் ஏற்றுக் கொண்டு நமக்கான இடத்தைத் தருகின்றன; உத்தியோகத்தைத் தருகின்றன; சமூகத்தில் நாம் புழங்குவதற்கான வெளியை ஏற்படுத்திக் கொடுக்கின்றன.

சமூகம் தரும் அடையாளங்களை ஏற்றுக்கொண்டோ அல்லது மறுத்துக்கொண்டோ இருப்பவர்கள்தான் சமூகத்தை வழிநடத்திச் செல்கின்றனர். கணத்துக்குக் கணம், சந்தர்ப்பத் துக்குச் சந்தர்ப்பம் அடையாளங்கள் மாறிமாறிவரும் முறைப் பாடானது ஒரு கட்டத்தில் மன அயர்ச்சியில் நம்மைச் சேர்த்துவிடக்கூடும். இது எல்லாமே மற்றவர் தனக்கு அளிக்கும் அடையாளம் என்ற உண்மை மனத்தில் உறைக்கத் தொடங்கு வது இந்த நிலையில்தான்.

இந்த அடையாளம் எதுவும் தன் சுய அடையாளம் அல்ல என்ற அறிவுணர்வு உள்ளத்தில் தோன்றத் தொடங்கி யதும்தான் பிரச்னை தொடங்குகிறது. இந்த அறிவுணர்வு உள்ளத்தில் ஆழமாக வேர்கொண்டு, மனத்துக்கும் தெளிவாகத் தெரியத் தொடங்கிய பின்பு சமூகம் அளிக்கும் அடையாளங் களை ஏற்றுக்கொண்டு மகிழ்வதும் வெறுத்து மறுப்பதும் பொருளற்றுப் போய்விடுகின்றன.

ஆனால் இந்தத் தெளிவு புதிய சிக்கல்களை மனத்துக்கு உண்டாக்கிவிடுகிறது. புற அடையாளங்களை விடுத்த பின்னரும்

சுய அடையாளம் உடனே தெரிந்துவிடுவதில்லை. அடையாளம் ஏதுமின்றியே வாழ்வில் பங்கு கொள்ளவேண்டிய நிர்ப்பந்தம் மனத்தைத் தொல்லைக்குள்ளாக்குகிறது. ஆழமான வேதனை தரும் அலைக்கழிப்பு சமூக உறவுகளின் பொதுவான இயல் பாக ஆகிவிடுகிறது.

ஆனால் இன்னும் வாழ்ந்து தீரவேண்டியிருக்கிறது. சமூகத் தில் புழங்கவேண்டியிருக்கிறது. அதனால் இது தன் அடை யாளம் அல்ல என்று தெளிவாக உணர்ந்துகொண்ட பின்னரும் சமூக நிர்ப்பந்தங்களால் அதைத் தொடர்ந்து தன் அடையாள மாகவே ஏற்றுக்கொண்டு வாழ்க்கையைத் தொடர்கிறார்கள். இது மிகுந்த மன உளைச்சலையும் வேதனையையும் தோற்று விக்கிறது. சிலர் இந்த நிலையில் உலகத்திலிருந்து விலகிப் போய், தம் மன இயல்புக்கேற்ப ஏதாவது ஆசிரமத்தில் போய்ச் சேர்ந்துகொள்கின்றனர். அல்லது சமூகச் சீர்திருத்தத்தில் இறங்கி விடுகின்றனர். இருவருமே இந்தச் சிக்கலின் ஆழத்தில் இறங்கி அதை எதிர்கொள்வதில்லை. வெகுசிலர் மட்டுமே இந்தப் பிரச்சனையின் ஆழத்திற்குச் சென்று அதை எதிர்கொள்ள ஆயத்தமாக இருக்கிறார்கள்.

அந்தப் பயணம் ஒவ்வொருவருக்கும் ஒவ்வொரு விதமாக அமைவது. அதைப் பற்றி இங்கு விவரமாகப் பேசத் தேவை யில்லை. தேவேந்திர பூபதியின் கவிதைக்கு வருவோம். தன் சுய அடையாளம் நோக்கிய தேடலின் பல பரிமாணங்கள் இவரது கவிதை உலகில் பரவிக்கிடக்கின்றன.

'மீண்டும் மறந்துபோன உன் பெயர்' என்ற கவிதையில்,

காற்று என்னை மோதிச் சென்றது
உன் பெயரின் உடம்பைச் சொல்லி

உடம்பின் பெயர் என்பதுதான் வழக்கம். ஆனால் இங்கு 'பெயரின் உடம்பு' என்று சொல்வது கவிதையைப் புதியதொரு தளத்திற்குள் கொண்டுசெல்கிறது.

அடையாளம் தேடுதலைப் பற்றிக் குறிப்பாகப் பேசும் கவிதை, 'வெளிச்சத்தின் வாசனை.' பெயர், இருப்பிடம், நடந்துவந்த பாதை இவையெல்லாம் அடையாளத்தைக் குறிப்பனவாகக் கொண்டிருந்துவிட்டு, அவை அடையாளம் எதனையும் உண்டாக்காத காரணத்தால்,

வெளிச்சத்தின் வாசனையை
நுகர்கிறது நாசி
அதன் சப்தங்களைச் சுவைத்துக் கொண்டுவரும்
என்மீது இரக்கம் கொண்டு
இளஞ்சூட்டில் பொன்னிறமான தேநீரைத் தருகிறான்

அடையாளத்தின் தேடல் புலன்மயக்கத்தில் நுழைந்து விடுகிறது. 'வெளிச்சத்தின் வாசனை,' அதன் 'சப்தங்கள்,' 'இளஞ்சூடு', 'பொன்னிறமான தேநீர்,' என்று புலன்வெளியில் அலைகிறது தேடல். இத்தனைக்குப் பிறகும் அடையாளம் காண முடியாமல்,

என்னை யாரென்று வினவப்போகும் உங்களுக்குப்
பதில் சொல்ல வேண்டிய நிர்ப்பந்தத்தில்
நடுங்குகிறது உடம்பு

இதுபோல் 'அடையாளம்' என்ற கவிதையும் புகைப்படம் பற்றிய மூன்று கவிதைகளும் இந்த விஷயத்தைப்பற்றியே பேசுகின்றன.

அடையாளம் குறித்த தேடல் பற்றிப் பல கவிதைகள் இருந்தாலும் பூபதியின் கவிதை உலகம் விஸ்தாரமானது. 'பச்சையாயிருக்கும் சிவப்பு' என்ற தலைப்பிட்ட கவிதை.

இருளை இரண்டாய்க் கிழித்து உன்னைப்
போர்த்திச் சென்றேன்
நீ நிறமற்றிருந்த வேளையில்
மற்றொரு நாள்
வெய்யிலைப் போர்த்தும் வரை
கருமையாய் இருந்தாய்

இருளை இரண்டாகக் கிழிப்பது என்பது அழகான படிமம். இரண்டாகக் கிழித்துப் போர்த்தியதால் ஒருபாதி மட்டும் பயன்படுத்தப்பட்டது என்றாகிறது. மற்ற பாதி என்னவாயிற்று என்று கேட்கப் போனால் கவிதை சுவாரசியம்கொள்கிறது. மற்றொரு நாள் 'வெய்யிலைப் போர்த்தும்போது' அதை இரண்டாகக் கிழிப்பதில்லை. ஏன்?

'சூதாட்டம்' என்னும் சிறந்த கவிதை.

ஆட்டத்தின் போக்கை
மாற்றக் கூடிய ஒரு சீட்டு
தேவையற்றபோது கோமாளியாக்கி
ஏமாற்றவும் செய்கிறது
வார்த்தைகளைப் போலவே
... ...
சீட்டுக்கட்டுகளின் அடியிலிருந்து
இருள் பெருகுகிறது
... ...
கொடுத்த வார்த்தைகளில் விளையாடுவதுதானே
ஆட்டம்
அவரவர் கைகளுக்கு ஆட்டவிதிகள் வசமாகும்போது
அவரவருக்கான பொழுதுகள் விடிகின்றன

சீட்டுக்கட்டுக்கு அடியிலிருந்து இருள் பெருகுவதும் மாறாக அவற்றிலிருந்தே அவரவருக்கான பொழுதுகள் விடிவதும் எனப் பல மடிப்புகளைத் தனக்குள்ளிருந்து பிரித்துப் பிரித்துக் காட்டிக்கொண்டே போகிறது கவிதை.

பூபதியின் கவிதை உலகத்தில் அலுவலகம் தொடர்பான பிரதேசமும் பாலுணர்வின் நுட்பமான சாயலும் முக்கிய மானவை. 'அதிகாலை உறக்கம்' என்ற கவிதையில், 'யார் அழைத்தது / ஸ்பரிசமா ஒலியா' என்னும் கேள்வி நுண்ணுணர் வின் மெல்லிய அசைவுகளைக் காட்டிச் செல்கிறது.

பூபதியின் கவிதைகளை மொத்தமாகப் படிக்கும்போது மனத்தில் வெளிப்படுவது அவரது பார்வையின் இயல்பான எளிமை. இது அவருடைய வலிமை. இங்கே இன்னொரு விஷயத்தையும் சொல்லிவிடுவதுதான் சரி. பல கவிதைகளில் சொற்கள் கவிதையைத் தொடர்ந்து செல்வது என்னும் பாங்கு கவிதைக்கு வலிமை சேர்க்கிறது. மாறாகச் சில கவிதைகளில் கவிதை சொற்களைத் தொடர்ந்து போவது என்னும் பலவீன மும் தெரிகிறது. ஆனால் ஒட்டுமொத்தமாகப் படித்து முடிக்கும் போது நல்ல கவிதைத் தொகுதி ஒன்றைப் படித்த மனநிறைவு மனத்தில் நிறைந்து நிற்கிறது.

*

7

கவிதையில் பிரக்ஞையின் கட்டமைப்புகள்

பிரக்ஞை பல தளங்களில் இயங்குகிறது. அந்தந்தத் தளத்தில் அனுபவத்தின் கட்டமைப்பை அது நிர்மாணிக் கிறது. அனுபவத்தின் கால – வெளிச் சட்டகத்தையும் அதுதான் தீர்மானிக்கிறது. பார்வை அந்தச் சட்டகங் களின் உருவத்திற்கேற்பத் தானும் உருக்கொள்கிறது.

பெரும்பாலான கவிதைகள் அனுபவத்தின் புறக் கூறுகளைச் சார்ந்தே வெளிப்படுகின்றன. இதில் தவ றொன்றுமில்லை. ஆனாலும் ஒரு கவிதை எந்தத் தளத்தி லிருந்து பிறக்கிறதோ வாசக மனத்திலும் அதே தளத்தில் தான் அது பிரதிபலிக்க முடியும் என்கிற உண்மையைக் கருத்தில்கொள்ள வேண்டும்.

சில கவிதைகள் அனுபவத்தின் உட்கூறுகளை மையமாக வைத்து வெளிப்பட்டிருக்கின்றன. அம்மாதிரி யான கவிதைகள் அளவில் குறைவானவையே ஆனாலும் அவை வாசக மனத்தில் ஆழ்ந்த தாக்கத்தை ஏற்படுத்தக் கூடியவையாக இருந்திருக்கின்றன. இந்த வகையான கவிதைகள் எழுதப்பட்டுப் பல ஆண்டுகளுக்குப் பின்னா லும் இன்னும் வாசித்தவர்களின் மனத்தில் அலைகளை எழுப்பியவண்ணம் இருக்கின்றன.

இவற்றைத் தவிர வெகு சில கவிஞர்கள் மட்டுமே மனத்தைக் கடந்த ஆழங்களில் உள்ளே நுழைந்து, பிரக்ஞை யின் கட்டமைப்புகளுக்குள் ஊடுருவி, அவற்றை அவதா னித்து, அதையே கவிதை அனுபவமாகக் கொடுக்க விழைகிறார்கள். இவர்களுக்கு கவிதையின் புறக்கூறுகளை விட அதன் முறைபாட்டு நிலைகளில் அதிக ஈடுபாடு இருக்கிறதென்று சொல்லலாம். ஆனால் இந்த ஈடுபாடு அறிவுபூர்வமாக இருந்தாக வேண்டிய கட்டாயமில்லை.

கவிஞனின் உள்ளுணர்வே இந்த அவதானிப்பை மேற்கொள்ள முடியும். உள்ளுணர்வு அறிவைவிட நுட்பமானது. ஆழங்களைச் சென்று அடையக் கூடியது. இந்த வகையான கவிதைகள் சிலவற்றை நாம் பரிச்சயப்படுத்திக்கொள்ளலாம் என்று படுகிறது.

நம்பிக்கை

தூரத் தொலைவில் அந்த நடையைக் கண்டேன்
அச்சு அசல் என் நண்பன்.
மறைந்தவன் எப்படி இங்கு வரக்கூடுமெனத்
திடுக்கிட்டேன்.
வேறு யாரோ.
அப்படி எண்ணாதிருந்தால் அவனே வந்திருப்பான்.

(பசுவய்யா)

பார்வையும் நினைவும் மோதிக்கொள்ளும் ஒரு தருணம் இது. நண்பன் மறைந்துவிட்டான் என்ற நினைவும் அவனை இனிமேல் காண முடியாது என்னும் நம்பிக்கையும்தான் அவனையே அப்போது அனுபவம்கொள்ளக் கூடிய சாத்தியத்தை மறுக்கிறது. நம்பிக்கையின் இயக்கத்தை நிறுத்திவைத்தல் *(Suspension of Belief)* என்பது தொடர்பானது இது.

இது வேறு ஒரு கவிதையை ஞாபகப்படுத்துகிறது.

பறந்து செல்லும் பறவை

பறந்து செல்லும் பறவையை
நிறுத்திக் கேட்டான்;
பறப்பதெப்படி ?
அமர்ந்திருக்கையில் சொல்லத்
தெரியாது கூடப்
பறந்து வா சொல்கிறேன் என்றது
கூடப் பறந்து கேட்டான்;
எப்படி ?
சிரித்து
உன்போலத்தான் என்றது
அட ஆமாம்
எனக் கீழே கிடந்தான்
பறவை
மேலே பறந்து சென்றது

(ஆனந்த்)

இதிலும் தன்னால் பறக்க முடியாது என்கிற நம்பிக்கை (அவநம்பிக்கை), சாத்திய – அசாத்தியங்களைப் பற்றிய மனத்தின்

தீர்மானங்கள், இவையே மேலே பறக்க முடியாமல் செய்து விடுகிறது. நம்பிக்கை(அவநம்பிக்கை) அனுபவத்தின் எல்லை களைத் தீர்மானிக்கிறது.

மனத்தின் அசைவுகள் பிரக்ஞையின் உள் இயக்கத்தைச் சார்ந்தது. இந்த முறைபாடு ஒரு கவிதையில் மிக எளிமை யாகவும் நேரடியாகவும் வெளிப்பட்டிருக்கிறது.

இடையீடு

... ...
எண்ணம்
வெளியீடு
கேட்டல்
இம்மூன்றும் எப்போதும்
ஒன்றல்ல; ஒன்றென்றால்
மூன்றான காலம்போல் ஒன்று.

(சி.மணி)

சில அனுபவங்கள் பொதுவான நடைமுறை அனுபவத் தளத்திலிருந்து விலகி, வேறொரு புதிய, பரிச்சயமற்ற தளத்தில் நிகழ்வது உண்டு. அதைப் பதிவு செய்த கவிதை ஒன்று.

வாழும் கணங்கள்

... ...
பாஷை உருகி ஓடிற்று
ஒரு சொல் மிச்சமில்லை
என் பிரக்ஞை திரவமாகி
பிரபஞ்சத்தின் சருமமாய்
நெடுகிலும் படர்ந்தது
... ...

(பசுவய்யா)

கவிதை அனுபவத்தைப் பதிவு செய்துவிட்டு, அது நிகழ்ந்த தளத்தின் உட்கூறுகளை இந்தக் கவிதை உசாவுகிறது.

அடிமனம்

... ...
இது நிகழ்ந்த சமயம்
இடமற்ற
மனோவேளை

(பிரமீள்)

நடைமுறைத் தளத்திலிருந்து விலகிய வேறு தளத்தில் அனுபவம் நிகழ்ந்தது என்பதை மிக அற்புதமாகக் குறிக்கின்றன இந்த வரிகள். 'இடமற்ற மனோவேளை' என்ற பிரயோகம் பொதுப் பிரக்ஞையின் கால – இடக் கட்டமைப்பை விட்டு விலகிய தளத்தை எளிதாகவும் துல்லியமாகவும் காட்டிவிடு கிறது.

அழிவுப் பாதை

... ...
கண்டேன் அந்தச் சித்திரம் பெரிதும்
மாற்றப் படுவதை எப்படிக் கூறுவேன்
மேயக் குனிந்த மாடு மாற்றிற்று
உட்கார்ந்திருந்தவன் எழுந்து மாற்றினான்
பறந்த கூளம் விழுந்து மாற்றிற்று
ஓடி மாற்றிற்று தொலைவில் தண்ணீர்
கனன்றும் அவிந்தும் தீ மாற்றிற்று
மூக்குத் துளைகள் விரிந்து மாற்றின
ஓவ்வொரு மூலையில் ஓவ்வொரிடத்தில்
மாற்றித் தீர்ப்பதே கடமையாய்க் கிடந்ததால்
சித்திரம் முழுவதும் மாற்றப் படுகிறது.
... ...

(ஞானக்கூத்தன்)

அனுபவக் காட்சியில் பொருள்களின் அசைவுகளும் இட மாற்றங்களும் கால உணர்வைத் தோற்றுவிக்கும் பிரக்ஞையின் கட்டமைப்பு ஒரு சித்திரமாக இங்கே காட்டப்படுகிறது. நுட்பமும் எளிமையும் சேர்ந்து மிகவும் ஆழமான ஒரு விஷயத்தை சொற்களில் கொண்டுவந்துவிடுகிறது. அனுப வத்தின் புறக் கூறுகள் முற்றிலும் பொதுப் பிரக்ஞையின் அம்சங்களை மட்டுமே கொண்டிருந்தாலும் கவிதையின் ஜாலம் மாறுபட்டதொரு பிரக்ஞைத் தளத்தை லாகவமாக முன்னிறுத்திக் காட்டிவிடுகிறது.

இதே விஷயத்தைத் தன் புலனாகக்கொண்டு எழுதப் பட்ட இன்னொரு கவிதையை இது நினைவுபடுத்துகிறது.

ஓவியக்கலை

ஓவியம் வளர்ந்து
கிளைவிடும் மரம் நீங்கிச்
சரியும் பழுத்த இலை
முன்னொரு காலத்தில்
பசுந்தளிராய் இருந்தபோது
தொட்டுப் பார்த்திருக்கிறேன்

அன்றுமுதல்
கனவுகளுக்குக் கொஞ்சம் கொஞ்சமாக
வர்ணங்கள் சேர்த்துவந்தேன்

இப்பொழுதும்கூட
உதிரும் இலைக்கு ஏதுவாக
அடியில் மண் பிரதேசத்தை
வரைந்துகொண்டிருப்பதும்
நான்தான்

ஓவியம் முடிந்து
ஓவியமே என் கையெழுத்து

(ஷாஅ)

தன் வாழ்வனுபவம் தானே வரையும் ஓவியமெனத் தெரியும் வெளிச்சத்தைக் காட்டுகிறது இது. விழுவதற்குக் கீழே மண் இல்லாமல் விழுந்துகொண்டிருக்கும் இலைக்கு ஏதுவாக, வாழும் மனமே அடியில் மண் பிரதேசத்தை வரைந்து கொண்டிருக்கிறது. கடைசியில் ஓவியமே கையெழுத்தாக நிற்கிறது.

புலனுணர்வுக் காட்சி, உள்ளுணர்வு, மனத்தின் அலைக் கழிவு, இவையே அனுபவத்தின் கூறுகளாக இருந்தபோதிலும் அவையேதும் கவிதையில் சொல்லப்படாமல் தீர்மானமாக மறைக்கப்பட்டு இருந்தாலும் சொல்லாமல் மறைக்கப்பட்டதே தெளிவாக வெளித் தெரிய அமையும் ஜாலம் இந்தக் கவிதை யில் நிரம்பியிருக்கிறது.

எலாஅ மடப்பிடியே யெங்கூடற் கோமான்
புலாஅல் நெடுநல்வேல் மாறன் – உலாஅங்கால்
பைய நடக்கத் தோற்றாயால் நின் பெண்மை
ஐயப் படுவ துடைத்து.

(முத்தொள்ளாயிரம்)

பாண்டியன் பெண்யானையின் மீதேறி உலாவரும்பொழுது, பார்வை எல்லையின் ஒரு விளிம்பிலிருந்து மற்றொரு விளிம்புக்கு யானை நகரும் காலம், பாண்டியன் மீதுள்ள மையலின் வேகம் காரணமாக இவளுக்குப் போதாமல் இருக்கிறது. ஆனால் தன் உணர்ச்சிகளைப் பற்றி எதுவும் கூறாமல் மறைத்துவிட்டு, மெல்ல நடக்காமல் விரையும் யானையின் பெண்மை சந்தேகத்துக்குரியதாக ஆகிவிட்டதென்றுச் சொல்கிறாள். பாண்டியனைப் பற்றிய விவரணைகளோ அவன் அவள் மனத்தில் ஏற்படுத்தும் உணர்ச்சிகளோ கவிதையில் எங்கும் குறிப்பிடப் படவேயில்லை. ஆனால் சொல்லப் பட்டதையெல்லாம் புறந் தள்ளிவிட்டு, சொல்லப்படாத அவளுடைய மையலின் வேகம் தான் கவிதையில் மேலெழுந்து வருகிறது.

அனுபவக் கூறுகளின் ஆழத்தில் புகுந்து அவற்றின் தொடக்கத்தைக் கண்டுவிட யத்தனிக்கும் சாகசம் (Adventure) வெளிப்படும் வரிகள் இதோ.

பறவையின் வழித்தடம்

... ...
க்ஷணமுகம் காணக்கோரும் மனக்கண்ணில்
நிறங்களின் ஆதியிலே துடைத்தெழுதிய
குருட்டுக் கருமையை
பூசுதல் வேண்டும்
மலைகளின் முடிச்சுகளை முகர்ந்துவந்து
ஆசுவாசம் கெஞ்சும் பாதங்களைத்
தூக்கம் கெட்டுத்
திரும்பச் சொல் முதலில் தொடங்கிய இடத்தில்
வலியின் நாண்களிடம்
தாளத்தின் துரிதம் குறைத்தலே நன்றென
அறிவி
போன்றைப் போல் ஒன்று போதுமெனில்
போலையே வெற்றிடத்தில் இடு
... ...
உதடுகள் கேட்கும் உதடுகளுக்கு
பிணத்தின் பிய்ந்த தசைதான் தகும்
கிளைக்குச் சொல்
பறவையின் திரும்பல்
வேடனிடமும் இல்லை
வழித்தடம் இழத்தலிலும் இல்லை.

(பிரும்மராஜன்)

நிறங்களின் ஆதியிலே துடைத்தெழுதிய குருட்டுக் கருமையை, 'க்ஷணமுகம் காணக்கோரும் மனக்கண்ணில் பூச விழைவது எதனால்? ஆதியின் அறியாமையில் ஏக்கத்தின் வலியைத் தொலைத்துவிட முயலும் விழைவா? தொடக்கத்துக்குத் திரும்பச் சென்றடைந்துவிடுதல்தான் வாழ்வின் வலிகளிலிருந்து விடுபடுவதற்கு வழியா? 'பறவையின் திரும்பல்/ வேடனிடமும் இல்லை/வழித்தடம் இழத்தலிலும் இல்லை' என்னும் வரிகள் ஒரு நுட்பமான வாசக மனத்தில் தன் திரும்பலைப் பற்றிய கேள்விகளை எழுப்ப முடியும். தன் வேடன் யார், தன் வழித்தடம் என்ன என்பதான உசாவல்களைக் கிளப்பிவிட முடியும்.

கால – வெளிச் சட்டகத்தினுள் ஒரு நிகழ்வு அக்கணமே நடப்பதாகத் தோற்றம்கொண்டாலும் கடந்துவந்த காலம் நிகழ்வுக்குள் பொதிந்து நிற்பது ஆழமான பார்வைக்குத் தப்புவதில்லை.

ஒரு இடையன்
பத்துப் பனிரெண்டு ஆடுகள்
ஒரு இடையன்
பத்துப் பனிரெண்டு ஆடுகள்
ஆனால்
எண்ணிலிறந்த தூக்குவாளிகள்
எண்ணிலிறந்த மழைகள்
எண்ணிலிறந்த தலைப்பாகைகள்
எண்ணிலிறந்த காற்றுகள்
எண்ணிலிறந்த தொரட்டிகள்
எண்ணிலிறந்த பகல்கள்
ஒரு இடையன்
பத்துப் பனிரெண்டு ஆடுகள்
ரயில்வே கேட் அருகில்
எப்படா திறக்குமென்று

(தேவதச்சன்)

கடைசி வரியில் 'எப்படா திறக்குமென்று' என்ற சொற்கள், கடந்து சென்றுவிட்ட காலத்தின் சுமையையும் 'எண்ணிலிறந்த' அனுபவங்களின் சோர்வையும் எளிதாகச் சொல்லிவிடுகின்றன.

ஒன்று இல்லாமல் இருக்கும்போது அதன் இல்லாமை தெரியாமல் இருப்பதும் அது இருந்துவிட்டுப் போன பின்பு மறுக்க முடியாமல் அதன் இல்லாமை தெரிந்துகொண்டிருக்கும் பிரக்ஞை நிலையும் வெளிப்பட்டிருக்கும் கவிதை ஒன்று.

துணி துவைத்துக்கொண்டிருந்தேன்.
காதில் விழுந்தது குருவிகள் போடுகிற சப்தம்
தொடர்ந்து துவைத்துக்கொண்டிருந்தேன்
காதில் விழுகிறது குருவிகள் போய்விட்ட நிசப்தம்
அடுத்த துணி எடுத்தேன்
காதில் விழுந்தது நிசப்தம் போடுகிற குருவிகள் சப்தம்.

(தேவதச்சன்)

'நிசப்தம் போடுகிற குருவிகள் சப்தம்' இருந்ததின் நினைவு இல்லாததின் பிரக்ஞையை உருவாக்கும் முறைபாட்டைக் கச்சிதமாக வெளிக்கொணர்கிறது. துணி துவைக்கும்போது கேட்கும் குருவிகளின் சப்தம் என்னும் மிகவும் பொதுப்படையான விஷயம் இங்கே கவிதைப் பொருளாக எடுத்துக்கொள்ளப்பட்டிருந்தாலும் வாழ்வின் வலிகளையும் சோகங்களையும் ஏற்படுத்தும் ஒரு பிரக்ஞை இயக்கம் இங்கு வெளிக்காட்டப்பட்டிருக்கிறது.

காலத்தை வெளியாகக் காட்ட முடியுமா? இதோ, எளிமையாகக் காட்டிவிடுகிறது இந்தக் கவிதை.

... ...
கண்மாய் நடுவே
உலகின் முதல் நாளில் ஒரு நுனியும்
கடைசி நாளில் மறுநுனியும், கட்டி
சேலை
காயவைக்கும்
பெண்ணை, கண்டேன்
... ...

(தேவதச்சன்)

காலத்தில் சேலை உலர்த்தும் பெண்ணைக் தமிழ்க்கவிதை முதல் முறையாகப் பார்க்கிறது. அந்தச் சேலை கணங்களின் இழைகளால் நெய்யப்பட்டதா? அதன் வண்ணங்கள் அனுபவங்களின் நிறம்கொண்டு ஆனவையா? பிரக்ஞைக் கட்டமைப்பின் உட்கூறுகளை சொற்களில் கொண்டுவந்து காட்டிவிடும் அசாத்தியத்தைச் சாதித்திருக்கிறது இந்தக் கவிதை.

பொதுவாக, தான் காணும் உலகைக் கவிதையில் காட்டுகின்றன கவிதைகள். தான் கண்ட உலகின் அனுபவம் தனக்குள் எழுப்பும் உணர்வுகளை, உணர்ச்சிகளைக் காட்டும் கவிதைகள் இருக்கின்றன. ஆனால் தான் உலகைக் காணும் முறைபாட்டை அனுபவம்கொள்ளும் முயற்சியில் தனக்குள்ளே உட்புகுந்து, தானே தன் அனுபவமாக உருக்கொண்டு, அதையே கவிதையாகத் தருவது அபூர்வம்.

இந்த விதமான உட்புகுதலில் பல அபாயங்கள் இருக்கின்றன. பிரக்ஞை தனக்குள் தானே நுழைந்து பார்க்க விழையும்போது பல கட்டமைப்புகள் கலைந்துபோக வாய்ப்புண்டு. அறியப்படாமல் இருப்பதால் மட்டுமே தொடர்ந்து இயங்கிக் கொண்டிருக்கும் கட்டமைப்புகள் பல உள்ளன பிரக்ஞையில். இவ்வாறு கவிஞன் அசாத்தியத் துணிச்சலுடன் உள்ளே நுழைந்து பார்க்கும்போது பிரக்ஞையின் வெளிச்சத்தில் இம்மாதிரியான கட்டமைப்புகள் கரைந்துபோய்விட நேரும்.

உலகத்தை அனுபவம்கொள்ளும் முறைபாட்டிலேயே அடிப்படையான மாற்றங்கள் நேர்ந்து உலக அனுபவத்தின் அடைப்படைக் கூறுகள் மாறிப்போய், அதன் தன்மை மாற்றம் கொண்டு, தானே தனக்குப் புதியதொரு ஜீவனாக ஆகிவிட முடியும். இது அகவளர்ச்சி சார்ந்த மிகவும் சிக்கலான ஒரு முறைபாடு. தன்னைப் பற்றிய புரியாமையை உணரும்போது நுட்பம் வாய்ந்த மனங்கள் துணிச்சலுடன் எதிர்கொள்ளும் சாகசம் இது. ஆழ்மனப் பிரக்ஞையின் அமைப்புகளை, அதன் வரைபடத்தை வெளிச்சம் போட்டுக் காட்ட விழைகின்றன இக்கவிதைகள்.

மொழிக்கு மட்டுமில்லாமல் மனித அறிவுக்கும் செழுமையையும் சிறப்பையும் சேர்க்கின்றன இவை. நுட்பம் வாய்ந்த வாசக மனங்களையும் இந்த சாகசத்தில் பங்குகொள்ள அழைப்பு விடுக்கின்றன. ஒரு சிலரே இந்த வகையான கவிதைகளை எழுதிவந்தாலும் அவ்வப்போது இவ்வாறானவை எழுதப்பட்டுக் கொண்டிருப்பது கவிதைக்கு, அதன் தொடர்ச்சிக்கு மிகவும் முக்கியமான பங்களிப்பைக் கூட்டுபவையாகும்.

❋

8

நீர் மிதக்கும் கண்கள்
பெருமாள்முருகன் கவிதைகள்
ஒரு பார்வை

வாழ்வனுபவத்தின் பதிவுகள் நம் பிரக்ஞைக்குள் ஒவ்வொரு கணமும் நுழையும்போது நம் ஆழ்மனப் பிம்பங்கள் எழுந்து அவற்றை எதிர்கொள்கின்றன. இது எல்லோருக்கும் எல்லா நேரங்களிலும் நிகழும் ஒரு பரிவர்த்தனை. அது அந்தப் பதிவுகளுக்குப் பொருளும் அழகும் சேர்த்து அனுபவமாக்குகிறது. அதற்கு முன்னதான புலனுணர்வின் பதிவுகள் பொருளுக்கு முந்தையவை. அப்படியென்றால் ஒரு சராசரி மனிதனுக்கும் கவிஞனுக்கும் இடையில் இந்த முறைபாட்டில் என்ன வேறுபாடு இருக்கிறது?

கவிமனத்தில் தோன்றும் பிம்பங்களில் அழகுணர்ச்சி கூடுதலாக இருக்கிறதா? அதுமட்டும்தானா? கவனித்துப் பார்த்தால் கவி மனத்திலிருந்து எழும் பிம்பங்கள் சராசரி மனத்தைவிட இன்னும் ஆழத்திலிருந்து வருகின்றன என்று சொல்லலாம். சராசரி மனம் பொதுவாகத் தன் காலம் உருவாக்கிய பிம்பங்களைக் கடந்து செல்வதில்லை. ஆனால் கவிமனத்தில் சமூகக் கூறுகள் உருவாக்கிய மேல்மன அமைப்பில் இறுக்கம் சற்றுக் குறைவாக இருப்பதால், சில திறந்த வெளிகள் இருப்பதால், தன் தனிமனத்தைக் கடந்த, தன் காலத்தைக் கடந்த ஆழ்தளங்களிலிருந்து பிம்பங்கள் எழுவதற்கு அது இடம் கொடுக்கிறது.

இந்த முறைபாடு வெறும் இயந்திர கதியானதல்ல. மனத்தின் அமைப்பையும் பார்வையையும் அதன் காரணமாக அனுபவத்தையும் மாற்றி அமைக்கக்கூடிய வல்லமைகொண்டது அது.

அனுபவத்தின் தோற்றுவாய் ஆழ்தளங்களையும் கடந்த தனியொரு பரிமாணமாக இருக்கிறது. அங்கு தோன்றும் அனுபவம் நாம் உள்ளடக்கம் என்று அடையாளம் காணும் விஷயம் ஏதுமில்லாமல்தான் எழுச்சிகொள்கிறது. அங்கிருந்து ஆழ்தளங்களைக் கடந்து, பொருள் சேர்த்துக்கொண்டு, அழகும் அமைப்பும் கூடி, வெளியே மேல்மனத்தில் சொல்லேற்று கால – வெளிப் பரிமாணத்தில் அனுபவமாக வெளிவருகிறது. ஒரு அனுபவம் கால – வெளிச் சட்டகத்தை வந்தடைந்த பிறகே அதை ஒரு சராசரி மனிதமனம் அறிந்துகொள்கிறது. ஆனால் அந்தக் கட்டத்தில் அனுபவம் தன் ஆழமிழந்து, பல பொருள்களைப் பிரதிபலிக்கக்கூடிய தன்மையை இழந்து, ஆழமற்ற மேல்மனத்தின் குறுகிய அமைப்புக்குள் வந்து சிக்கிக் கொள்கிறது.

ஆனால் இந்த முறைபாட்டில் எந்தக் கட்டத்திலும் ஒருவன் தோற்றுவாயை நோக்கிச் சென்று, வழியிலேயே அனுபவத்தை அடையாளம் கண்டுகொள்ளமுடியும். எந்தக் கட்டத்தில் அவன் அதை அடையாளம் கண்டுகொள்கிறான் என்பது அந்தந்தக் கவிஞனைப் பொறுத்து இருக்கிறது. அந்தக் கவிஞனின் உணர்வு நுட்பம் எவ்வளவு ஆழங்களுக்குச் செல்லக் கூடியது என்பதைப் பொறுத்தது அது.

அனுபவம் தன் உள்ளடக்கமற்ற தோற்றுவாயிலிருந்து எழுச்சிகொண்டு வரும்போது பல தளங்களையும் நிலைகளை யும் கடந்து வருகிறது. தன் உணர்வு நுட்பத்துக்கு ஏற்ப ஒரு கவிஞன் – கலைஞன் – அதை வழியிலேயே ஒரு தளத்தில், ஒரு நிலையில், எதிர்கொள்ள முடியும். அவன் அதை எதிர் கொள்ளும் ஆழத்துக்கு ஏற்ப அதன் வெளிப்பாட்டுத் தன்மை நிர்ணயமாகிறது. வாசகனின் மனதில் கவிதை ஏற்படுத்தக் கூடிய பாதிப்பு எந்த ஆழத்தில் நிகழ முடியும் என்பதையும் இதுதான் பெருமளவுக்கு முடிவு செய்கிறது.

ஒருவிதத்தில் சொல்லப் போனால் கவிஞன் கால–வெளி அனுபவத்துக்கு முந்தைய கணத்தில்தான் வாழ்கிறான். நம் பிரக்ஞையில் அறிவின் அடைசல் இல்லாத ஒரு வெற்றிடம் இருக்கிறது. ஒரு அசலான மனிதன் அங்குதான் நிலைகொண்டு வாழ்கிறான் என்று சொல்லலாம். ஆழ்தளங்கள் கொண்டு வரும் உண்மை ஊறிய பிம்பங்களை மேல்மனம் பிழிந்தெடுத்து வெறும் சக்கையாக ஆக்கிவிடுவதற்கு முன்னால் அதை அவன் ஏற்றுக்கொண்டு ருசிக்கிறான்.

அறிவின் அடிப்படையில் ஒரு அனுபவத்தின் பொருள் என்ன என்பது ஒரு கவிஞனின் அக்கறையாக எப்போதும்

இருப்பதில்லை. அது கொண்டுவரும் செய்திபற்றிக்கூட அவனுக்கு அக்கறை இருப்பதாகச் சொல்லிவிட முடியாது. அதன் மதிப்பு அதற்குள்ளேயே இருப்பதை அவன் தன் ஆழத்தில் அறிகிறான். வானத்திலிருந்து விழும் அதிசயப் பொருளென அதை அவன் ஏற்றுக்கொள்கிறான். அதை வைத்துக்கொண்டு, திருப்பித் திருப்பிப் பார்த்து, தொடர்ந்து அதிசயப்பட்டுக்கொண்டு இருக்கிறான். வாழ்க்கைக்கு அதிசயத்தையும் ஆச்சரியத்தையும் அது அவனுக்குக் கொடுத்துக் கொண்டே இருக்கிறது.

இவ்வாறு ஆழங்களுக்குச் செல்வது என்பது படிப்பறிவைப் பொறுத்த விஷயமல்ல. உள்ளுணர்வின் நுட்பம் படிப்பறிவி னால் வளர்ச்சிகொள்வதில்லை. ஆனால் நுட்பமான உள் ளுணர்வு அறிந்துகொள்ளும் விஷயங்களை வெளிப்படுத்து வதில் படிப்பறிவு நிச்சயம் துணை செய்கிறது.

மேல்மனம், அதன் அமைப்பு, அறிவு, உள்ளடக்கம் எல்லாம் அந்தந்தக் கவிஞனைப் பொறுத்துத் தனித்துவம் வாய்ந்ததாக இருக்கிறது. கவிதை படிமமேற்று மொழியில் வெளிப்படும் போது எவ்வகையான மொழியுருவத்தைக் கொள்கிறது என் பதை அதுதான் நிர்ணயிக்கிறது. சொற்களின் கையாளல் கவிஞனின் மொழிப்புலமை சார்ந்ததாக இருந்த போதிலும் சொல் தேர்வை நிர்ணயிப்பது வெறும் மொழிப்புலமை மட்டு மல்ல. அனுபவத்தின் பாதையில் கவிஞன் அதை எங்கு எதிர் கொள்கிறான் என்பது சொல் தேர்வை நனவுமனத்தின் துணை யின்றியே நிச்சயித்துவிடுகிறது. இதையெல்லாம் ஒரு கவிஞன் அறிவுபூர்வமாக அறிந்துகொள்ள வேண்டிய அவசியம் இல்லவே இல்லை. அறிவு சார்ந்த அவன் மேல்மனம் அறியாமலேயே இது நடக்கிறது. அதனால்தான் மேல்மனத் தூண்டுதலால் மட்டும் வெளிப்படும் கவிதைகள் ஆழமின்றி, வாசகனின் மேல்மனத்தைத் தாண்டி எந்த விளைவுகளையும் ஏற்படுத்து வதில்லை.

கவிமனத்தின் அகவளர்ச்சி சார்ந்த முறைபாடுகளை வெளிக்கொணருவதில் கவிதை பெரும் பங்கை வகிக்கிறது. அந்த ஆழ்மன முறைபாடுகள் அருமையான கவிதைகளை வெளிப்படுத்துவதோடு மட்டுமில்லாமல் வாசக மனத்தின் அகவளர்ச்சியிலும் தன்னளவில் பங்குகொள்கின்றன. தன் அகவளர்ச்சியின் முக்கியமானதொரு கட்டத்தில் இருக்கும் ஒரு வாசகனின் பிரக்ஞையை கவிதை ஒருகணத்தில் தளம் மாற்றிவிடக்கூடிய வல்லமைகொண்டிருக்கிறது.

கவிஞனின் ஆழ்தளப் பிரக்ஞையில் ஏற்பட்டுக்கொண் டிருக்கும் அகமாற்றத்தைக் கவிதை அவனறியாமலேயே பிரதி

பலிக்கக்கூடியது. மென்னுணர்வு வாய்ந்த ஒரு கவிமனம் அல்லது வாசக மனம் தன் ஆழ்தளங்களின் அசைவுகளைக் காட்டும் ஒரு நிலைக்கண்ணாடியாகக் கவிதையைப் பார்க்க முடியும். ஆனால் இதற்கு மேல்மனத்தின் ஆதிக்கத்திலிருந்து பெருமளவுக்குப் பிரக்ஞை விடுபட்டிருக்க வேண்டியது அவசியம்.

கவிதை மேல்மனத்தின் செயல்பாடெனக் கருதிக்கொண் டிருக்கும் வரைக்கும் கவிதையின் இயக்கமுறைபாட்டில் பங்கு கொள்வது என்பது சாத்தியமில்லாதது. அசலான கவிதை இம்மாதிரியான மனங்களிலிருந்து வெளிப்படுவதும் அசாத் தியம். இப்படிச் சொல்வதனால் கவிதை பிரக்ஞையின் ஆழ் தளங்களைப் பற்றிய விஷயங்களைத் தன் பாடுபொருளாகக் கொண்டிருக்க வேண்டும் என்று சிறிதும் அவசியம் இல்லை.

காட்சியும் தன்னுணர்வும் சந்திக்கும் அகப்புள்ளியில் ஏற்படும் பரிவர்த்தனையின் வெளிப்பாடகவே கவிதை எப் போதும் இருக்கிறது. நதியின் ஓட்டமும் படகின் தன்மையும் தான் பயணத்தின் பாதையை நிர்ணயிக்கின்றன. மேல்மனம் அவ்வகையான பயணத்தின் போக்கை முழுவதுமாக நிர்ணயம் செய்வதில்லை. அது முடியவும் முடியாது. ஆனால் நதியின் போக்கைக் கணக்கில்கொண்டு பயணத்தின் தன்மையை, திசையை ஓரளவுக்கு வழிப்படுத்துவது மட்டுமே மேல்மனத் தின் சாத்திய எல்லை. ஆனால் அதற்கும் மிகுந்த சாகசமும் ஆற்றலும் தேவை என்னும் உண்மையை மறுத்துவிட முடியாது. எழுதப்பட்ட கவிதையின் அமைப்பு, அதில் வெளிப்படும் பிம்பங்கள், படிமங்கள், சொல்தேர்வு, ஓசைநயம் எல்லா வற்றையும் கவிஞனின் தனிமனம், அவரது வாழ்க்கை அனு பவம், மொழிப் புலமை, உணர்வு நுட்பம் அனைத்தும் சேர்ந்து முடிவு செய்கின்றன.

இந்தப் பின்னணியில் பெருமாள்முருகனின் கவிதைகளைப் பார்ப்போம். அவரது முதல் தொகுதியிலிருந்து இரண்டாவது தொகுதி வேறுபட்டிருந்தது. பார்வையில் அண்மையும் நுட்ப மும் கூடியிருந்தன. இப்போது இந்த மூன்றாவது தொகுதியில் அவரது ஆளுமையின் முதிர்ச்சியும் ஆழமும் தெளிவாக வெளிப்படுகின்றன. அவரது கவிதை உலகத்தின் பல அம்சங் கள் மாறியிருக்கின்றன. புதிய அம்சங்கள் சேர்ந்திருக்கின்றன.

முதல் இரண்டு தொகுதிகளில் இருந்த எளிமையையும் நேரடித் தன்மையையும் இந்தத் தொகுதியிலும் காண முடி கிறது. என்றாலும் இவை முன்பைவிட இன்னும் ஆழமான தளங்களிலும் இயங்குவதைப் பல கவிதைகள் காட்டுகின்றன.

‘உடைபடும் கணம்’ என்ற ஒரு கவிதை.

வானினின்றும் தப்பிவந்த மழை அடைக்கலம் கேட்டு
என் வீட்டுக் கதவை
இரவெல்லாம் விடாமல்
தட்டிக்கொண்டே இருக்கிறது
காதுக்குள் இறங்கி உடம்பெங்கும்
ஓடுகிறது அவ்வோசை
தாழ்ப்பாள் திறந்து உள்ளே அழைத்து
மழையின் துக்கத்தைக் கேட்டு
ஆறுதல் படுத்தலாம்
மழையிடம் என் கதையைக் கூறியும்
ஆசுவாசப்படலாம்
எழ மனமின்றி
கதவு தட்டப்படும் ஓசையில் லயித்துக் கிடக்கிறேன்
நீளும் இரவில்
கதவு உடைபடும் கணம் வரட்டும் என்று.

மனவியல் ரீதியான வாசிப்பில் இந்தக் கவிதை பல ஆழ்மனத் தளங்களுக்கு வாசகனை இட்டுச் செல்லக்கூடிய அம்சங்களைத் தனக்குள்கொண்டிருக்கிறது. கதவைத் தட்டும் மழை என்பது என்ன, மழையின் துக்கம் என்ன, கவிஞனின் கதை என்ன, ஏன் கவிஞன் எழ மனமின்றி அதுவாகக் கதவை உடைத்துக்கொண்டு வரட்டும் என்று காத்திருக்கிறான், என்ற கேள்விகள் பல ஆழ்மனத் தளங்கள் பற்றிய விசாரணையில் நம்மை கொண்டுபோய்ச் சேர்த்துவிடும் இயல்பைக்கொண் டிருக்கின்றன. ஒவ்வொரு கேள்வியும் ஒரு கதவைத் திறந்து விடும் வல்லமைகொண்டிருக்கிறது.

ஆழமான விஷயங்களைக் குறித்த கவிதைகள் தன்னளவில் எளிமையுடன் இருப்பது அவசியம். இது பொதுவாக கவிஞ னின் தெளிவு சார்ந்து இருக்கிறது. தனக்குள் தெளிவில்லாமல் ஆழமான விஷயங்கள் கவிதையில் பேசப்படும்போது அடிப் படையிலேயே குழப்பமான ஒரு வெளிப்பாட்டைத்தான் நாம் காணமுடியும். இந்தக் கவிதையில் எந்தக் குழப்பமும் இல்லை. எவ்வளவு ஆழத்துக்குக் கவிதைக்குள் செல்ல முடியும் என்பது வாசகனின் அறிவுக்கூர்மையையும் உணர்வுநுட்பத்தையும் பொறுத்துத்தான் இருக்கிறது.

'விதைப்பானை' என்னும் கவிதை. இரவல் கேட்டவர் களுக்குக்கூடக் கொடுக்காமல்,

மழைப்பருவங்களில் பூஞ்சை அண்டாமல்
பனிப்பருவங்களில் பூச்சி புழுக்கள் துளைக்காமல்

பத்திரப்படுத்தி, 'இப்போது அள்ளி வீசப்படும் மணிகள்' பற்றி

தூற்றும் காற்றெதிர்த்து நிற்கும் வலு கிடைக்குமோ
பசியோடு இருக்கும் பறவைகளின்
வாயில் சிக்கிவிடுமோ
வெப்பத் தகிப்பில் கருகிப் பதராகுமோ

என்ற கவலை, பதற்றம்.

காலிப்பானையை மூலையில்
கவிழ்த்து வைக்கிறேன்
அறுவடை நாளின்
கனவுகளோடு.

விதைகள் எதைக் குறிக்கின்றன? பிரபஞ்ச ஆக்கத்தில் தன் செயல்பாட்டுப் பங்களிப்பு மூலமாக நிகழக்கூடிய எந்த விதமான ஒரு செயலையும் 'அள்ளி வீசப்படும் மணிகள்' என்னும் வரி குறிக்க முடியும். தன் குழந்தைகள், தன் கவிதை கள், தான் வரைந்த சித்திரங்கள், ஒரு பள்ளி ஆசிரியனுக்குத் தன்னிடம் கல்வி பயின்று வெளியில் செல்லும் மாணவக் குழந்தைகள் என இவை போன்ற எதையும் இந்த 'மணிகள்' குறிக்கக் கூடும். இந்தப் பின்னணியில் வாசிக்கும்போது வாசகன் நுழைந்து பார்க்க இந்தக் கவிதை பல பொருள் தளங்களைத் திறந்துவிடுகிறது,

மென்னுணர்வுகள் தம்மை வெளிப்படுத்திக்கொள்ளத் தேர்ந்தெடுக்கும் சித்திரங்கள், அவை தம்மை அமைத்துக் கொள்ளும் பாங்கு, வாசக மனத்தைச் சரியான இடங்களில் தொட்டு எழுப்பும் நயம் அனைத்தும் கூடி நிற்கிறது இந்தக் கவிதை.

காணும் பொருட்கள் எல்லாம் கல்லால் ஆகியிருக்கின்றன: சுவர்க்கற்கள், திண்ணைகள், பலகைக்கல் படுக்கைகள், பாலங் கள், அடுப்புகள், கோபுரங்கள், கல்தொட்டி. அனைவரும் கல்லில் தெரியும் உருவங்களை அடையாளம் கண்டு அவற்றைப் பயன்பாட்டுப் பொருட்களாகப் பார்க்கும் நேரத்தில் கவிஞனின் மனம் தேடுவது,

கவிழ்ந்திருக்கும் அதன் உட்குழிவில்
புதைந்து கிடக்கும்
ஆதி ரகசியம்.

'ஊற்றைக் கண்டடைதல்' என்னும் கவிதையில் சிரிப்பு ஒரு ஊற்றென, பின் ஓடையென, நதியென, அருவியென, கடைசியில் பேராறென உருக்கொண்டு, ஒவ்வொரு நிலை யிலும் அந்நிலைக்கேற்றவாறு அதனுடன் கவிஞர்கொள்ளும் உறவு, நீர்மையின் பன்முகங்களையும் அவை குறிக்கும் பல தளங்களையும் கவிதையில் பிரித்துக் காட்டுகின்றன.

இந்தத் தொகுப்பில் குழந்தை பற்றி வந்துள்ள கவிதைகள் மிகவும் முக்கியமானவை. நம் உலகம் பற்றிய இலக்கணங்களைக் கணக்கில்கொள்ளாமல், அவற்றினால் கட்டுப்படாமல், முழுச் சுதந்திரத்துடன் தன் பிரத்தியேகமான உலகத்தையும் அந்த உலகின் விதிகளையும் சிருஷ்டித்துக்கொள்ளும் குழந்தை மனத்தின் அற்புதம் இக்கவிதைகளில் மிகுந்த ஆழத்தோடு வெளியாகியிருக்கிறது. 'சிருஷ்டி', 'குழந்தைகளைத் தண்டித்தல்', 'அப்போதிருந்து' போன்ற கவிதைகள் இதற்கு எடுத்துக்காட்டு.

'அப்போதிருந்து' என்னும் கவிதையிலிருந்து சில வரிகள்.

> பொம்மைகளை
> உடைத்தால் வாங்கித் தரமாட்டேன் என்றேன்
> பொம்மைகள்
> உடைந்தால் வேறொன்றாகிக் கொள்ளும் என்றான்
>
> பொம்மைகள்
> பதிலுக்குப் பதில் பேசுமா என்றேன்
> பொம்மைகள்
> அப்படித்தான் பேசும் என்றான்
>
> பொம்மைகள்
> அப்படிப் பேசினால் அடிப்பேன் உதைப்பேன் என்றேன்
> பொம்மைகளும்
> அடிக்கும் உதைக்கும் என்றான்
> அப்போதிருந்துதான்
> எல்லாப் பொம்மைகளின் கண்களும்
> என்னையே உற்றுப் பார்க்கத் தொடங்கின.

குழந்தையின் பார்வையில் பொம்மைகளுக்குப் பிரக்ஞை இருக்கிறது. குழந்தை தன் பிரக்ஞையைத் தயக்கமின்றி பொம்மைகளுக்குக் கொடுத்த 'சிருஷ்டி' நிகழ்த்திய அற்புதம் அது. தகப்பனின் பார்வையில் இந்த அற்புதம் நிகழவில்லை. பொம்மைகளைப் பொருட்களாக மட்டுமே பார்க்கப் பயிற்றுவிக்கப்பட்ட மனம் அது. குழந்தை தகப்பனுக்கு சிருஷ்டி ரகசியத்தைக் கற்றுக் கொடுக்கும் ஜாலத்தை இந்தக் கவிதை நிகழ்த்துகிறது. இனி தகப்பனுக்கு பொம்மைகளை – உலகத்தை – வெறும் பொருட்களாகப் பாவிக்கும் மனப்பாதுகாப்பு இல்லாமல் போய்விட்டது. அவன் பிரக்ஞைபூர்வமான உலகத்தை ஒவ்வொரு கணமும் இனி எதிர்கொண்டாக வேண்டும்!

குழந்தைமனம் பற்றிச் சொல்லிவிட்ட கவிஞர், மறுபுறம் கடந்துவிட்ட தலைமுறையின் மனப்பாங்கு பற்றி 'அப்பாவின் வேலி'யில் வெளிச்சம் போட்டுக் காட்டுகிறார்.

வேலியின் அவசியம்
வேலியின் பாதுகாப்பு
வேலிப் பராமரிப்பு
என்பன பற்றியே எப்போதும் என்னுடன் பேசுவார்

வாழ்க்கையின் சந்தர்ப்பங்களை இயல்பாக ஏற்றுக் கொள்ளும் இயல்பு, உறவில் தன் சுயத்தைப் பின்தள்ளிக் கொண்டுவிடும் மனப்பாங்கு, அக்கண அனுபவத்தை எதிர் கொண்டு சுலபமாகக் கடந்துவிடும் எளிமை, இவை இக் கவிதைகளில் தெளிவாக வெளிப்பட்டிருக்கின்றன.

இவருடைய மனம் விரிந்திருக்கிறது. புதிய தளங்கள் சேர்ந்திருக்கின்றன. அனைத்துத் தளங்களும் மேலும் ஒருங் கிணைந்துகொண்டிருக்கின்றன. பார்வை நுட்பமும் கூர்மை யும் சேர்ந்து வளப்பட்டிருக்கிறது.

பெருமாள்முருகனின் கவிதைப் பயணத்தில் இந்தத் தொகுப்பு முக்கியமான ஒரு கட்டம் என்பதை இக்கவிதைகள் தெளிவாகச் சொல்கின்றன.

✵

9

கவிதையும் காலமும்

காலம் என்று சொல்லும்போது அது நமக்கு மிகவும் பரிச்சயமான ஒரு விஷயம் போன்ற உணர்வு நமக்கு உண்டு. அதே நேரத்தில் அதுபற்றி சிந்திக்கும் போது பிடிபடாத ஒரு விஷயமாகவே தோன்றுகிறது. யாரென்று நினைவில்லை; யாரோ ஒருவர் சொல்லி இருக்கிறார்: "காலம் என்றால் என்ன என்று என்னிடம் யாரும் கேட்காதிருக்கும்போது எனக்கு நன்றாகத் தெரியும். ஆனால் யாராவது கேட்டுவிட்டால் அது என்ன என்று எனக்குத் தெரிவதே இல்லை."

ஒருமுறை ரஷ்யர் ஒருவர் மேற்கு நாடுகளில் சுற்றுப் பயணம் செல்லும்போது, அவருக்கு நேரம் என்ன என்று தெரிய வேண்டியிருந்தது. அவரிடம் கைக்கடிகாரம் இல்லை போலிருக்கிறது.

வழியில் எதிர்ப்பட்ட ஒருவரிடம் ஆங்கிலம் சரியாகத் தெரியாத காரணத்தால், "*what is time?*" என்று கேட்டிருக் கிறார். அதற்கு அவர், "அது தெரிந்தால் நான் ஏன் இப்படி அலைந்துகொண்டிருக்கிறேன்" என்று சொல்லி விட்டுப் போய்விட்டார்.

இது போல் காலம் என்பது ஒரு மிகவும் சூட்சும மான ஒரு விஷயமாகவே எல்லாக் கலாச்சாரங்களிலும் கருதப்பட்டு வந்திருக்கிறது.

காலம் என்னும் பொருள் பற்றி பல நூற்றாண்டு களாக தத்துவதரிசிகள் மட்டுமே பேசி வந்திருக்கின்றனர். இருபதாம் நூற்றாண்டின் தொடக்கம்தொட்டு காலம் என்பது விஞ்ஞானத்தில் (குறிப்பாக பௌதிகவியலின்) ஒரு முக்கியப் பிரச்சினையாகி இருக்கிறது. ஈன்ஸ்டீனின் 'சார்பியல் தத்துவம்' ஒரு புதிய அகில அமைப்பை ஸ்தாபித்தது. நியூட்டனின் பௌதிகவியலில் அமைப்பில்,

தான்பாட்டுக்கு நிகழ்வுகளுக்கு இடம் கொடுத்துக்கொண்டு இருந்த காலம், வெளி இரண்டும் திடீரென பிரச்சினைக் குள்ளாகிவிட்டன. காலம் வெளி இரண்டும் தனித்தனியான கருத்துருவங்களாக இருந்தது மாறிப்போய் 'காலம் – வெளி' யென்னும் நான்கு பரிமாண நீட்சியாக நிலைகொண்டது. தவிரவும் காலம் – வெளி – நிகழ்வு – அனுபவம் என்பது ஒரு பார்வையாளனின் பிரக்ஞையைச் சார்ந்த விஷயமாகிவிட்டது. பார்வையாளனின் பிரக்ஞையை விடுத்த சுதந்திரமான இருப்பு என்பது எந்த ஒரு விஷயத்துக்கும் இல்லாமல் போய்விட்டது. காலம் என்பது பார்வை அமைப்பின் அடிப்படையாகக் கண்டுகொள்ளப்பட்டது.

அதுவரையில் பௌதிக இயல் என்பது 'புறம்' என்று வரையறுக்கப்பட்ட பரிமாணத்தை மட்டுமே கவனத்தில் எடுத்துக்கொண்டிருந்தது. சார்பியல் தத்துவத்தின் கண்ணோட் டத்தில் 'புறம்' என்ற வரையறை செயற்கையானது என்றும் 'பார்வையாளன்' *(observer)* என்பதையும் கணக்கில்கொள்ள வேண்டும் என்றும் நிர்ணயிக்கப்பட்டது. இதன் காரணமாக, காலம், இடம் என்பவை புறவுலகம் நிகழ இடமளிக்கும் சாஸ்வதமான, சுயஇருப்புகொண்டவையாக இருந்த நிலை மாறியது. பார்வையாளனுக்கும் புறவுலகுக்கும் இடையே உள்ள உறவின்பாற்பட்ட 'காலம் – இடம்' என்னும் பிரிவற்ற நீட்சியாகப் புதிய பொருள்கொண்டது.

இருபதாம் நூற்றாண்டின் கவிஞன், தன் கற்பனை உலகில் சஞ்சரிப்பது மட்டுமின்றி, உலகின் புதிய பார்வைகளினால் ஏற்பட்ட பாதிப்புகளையும் எதிர்கொண்டு அவைகளினாலும் ஆட்கொள்ளப்பட்டவனாக இருக்கிறான். நேரிடையாக நவீன விஞ்ஞானத்தின் புதிய கருத்துருவங்களுடன் பரிச்சயம் கொள்ளாதவர்கள்கூட, அந்த கருத்துவங்களின் எதிரொலிகளை யாவது கவனத்தில்கொண்டவர்களாக இருக்கின்றனர். இவ்வாறு 'காலம்' என்னும் கருத்துருவம் இன்றைய கவிஞ னின், கவி மனத்தின் பின்னணியாக ஆகிவிட்டிருக்கிறது. இன்றைக்கு எழுதப்படும் கவிதைகள் பலவற்றில் 'காலம்' என்னும் பொருள் நேரிடையாகவோ அல்லது வேறு பிரதி பலிப்புகளாகவோ கையாளப்பட்டுக்கொண்டிருக்கிறது.

காலம் என்பது என்ன என்பதை முதலில் சற்று கவனிக் கலாம்.

அனைத்து அனுபவங்களுக்கும் அடிப்படையாக இருப் புணர்வு *(Fundamental sence of Being)* காலம் என்னும் அமைப் புக்கு அப்பாற்பட்டது. அனுபவத்தின் அடிப்படையான இந்த

உணர்வு ஒரு அனுபவம் அல்ல. எந்த அனுபவத்திற்கும் ஒரு கட்டுக்கோப்பு *(structure)* இருக்கிறது. இருப்புணர்வுக்குக் கட்டுக் கோப்பு எதுவும் இல்லை. எந்தக் கட்டுக்கோப்புக்கும் அமைப்புக் கும் அப்பாற்பட்டது அது. காலம் – இடம் என்பவை எந்த ஒரு அனுபவ அமைப்பின் ஊடும் பாவுமாக அமைந்து இருக் கின்றன. எந்த ஒரு அனுபவமும் ஒரு உள்ளடக்கத்தைக் கொண்டிருக்கிறது. இந்த உள்ளடக்கம் ஒரு குறிப்பிட்ட அமைப்பில் ஒழுங்குபடுத்தப்பட்டிருக்கிறது. இந்த அமைப்பே காலம் – வெளி என்பவை. அனுபவத்தில் உள்ளடக்கத்தை மட்டுமே உணர முடியுமே தவிர, அதன் அடிப்படை அமைப்பை அல்ல. இந்தக் காரணத்தால் காலம் என்பதைத் தனியாக பிரக்ஞையில் உணர முடியாது. நிகழ்வுகள் இன்றி 'காலம்' என்று தனியாக ஒன்று இருக்க முடியாது. உள்ளடக்கம் எதுவு மில்லாமல், ஒன்றும் நிகழாமல்போனால் 'காலம்' என்னும் நீட்சியே கிடையாது.

ஒரு குறிப்பிட்ட அனுபவத்தின் அமைப்புக்குத் தக்கவாறு 'காலம் என்னும் நீட்சியின் பிரக்ஞை வேறுபடுகிறது. கடிகா ரத்தின் அடிப்படையில் கணக்கிடப்படும் 'காலம்' ஒன்றை நாம் கொண்டிக்கிறோம். ஆனால் நிகழ் அனுபவத்தில் 'காலம்' என்பது வெவ்வேறு சந்தர்ப்பங்களில் வெவ்வேறாக உணரப் படுகிறது. துன்பமான ஒரு நிகழ்வு அனுபவமாக இருக்கும் போது காலம் மிகவும் மெதுவாக நகர்வதாகவும் இன்பமய மான அனுபவத்தின்போது காலம் மிகவும் விரைவாகப் பறந்து செல்வதாகவும் உணர்கிறோம். இன்பமான அனுபவத் தின்போது உள்ள பிரக்ஞை அமைப்பும் துன்பமான அனுப வத்தின் பிரக்ஞை அமைப்பும் வெவ்வேறானவை. பிரக்ஞை யின் அடிப்படை அமைப்பில் மாற்றம் ஏதும் நிகழாமல் போனாலும்கூட தனித்தனி அனுபவங்களின் அமைப்பு தனித் தனியானவையாக இருக்கின்றன.

இந்த விஷயங்களை எடுத்துக்காட்டுகளின் துணை கொண்டு விரிவாக விளக்கம் காணமுடியும். ஆனால் கவிதைக் கும் காலத்துக்கும் உள்ள உறவை ஆராய்வதே இந்தக் கட்டுரை யின் நோக்கமாதலால் 'காலம்' என்னும் பொருள் பற்றிய தனி ஆராய்ச்சிக்கு இங்கே மேலும் அதிக கவனம் செலுத்த முடியாமல் இருக்கிறது.

நம் ஞாபகங்களை அலசிப்பார்த்தால், எந்த ஒரு நிகழ்வும் எந்த அனுபவமும் எங்கோ எப்போதோ நடந்ததாகத்தான் இருக்கிறது. காலம் – இடம் என்னும் பின்னணி இல்லாத எந்த நிகழ்வும் இருக்க முடியாது. புற அனுபவமோ உள் அனுபவமோ எதுவாயினும் சரி, கவிதைக்கு அனுபவம் என்பதே

அடிப்படையாக இருக்கிறது. இதனால் காலம் என்பது கவிதை யுடன் பிரிக்கமுடியாத உறவுகொண்டதாக இருக்கிறது.

காலத்துக்கும் கவிதைக்கும் இடையே உள்ள உறவு பல தளங்களில் இயக்கம்கொண்டிருக்கிறது. பல பரிமாணங்களில் இது நிகழ்கிறது. படிப்படியாக நாம் இவற்றைக் கவனிக்கலாம்.

முதலில் கவிஞன் மனதில் கவிதை எழும் அனுபவம் – ஒவ்வொரு கவிஞனுக்கும் கவிதையின் வெளிப்பாடு ஒவ்வொரு விதமாக அமையும். சிலருக்குக் காட்சி ரூபமாகவும் சிலருக்கு நேரிடையாக வரிகளாகவும் சிலருக்கு ஆரம்பத்தில் வெறும் உணர்ச்சி இன்பமாகவும் இன்னும் பல்வேறு விதங்களிலும் கவிதை தோன்றக்கூடும். ஆனாலும் மனிதப் பிரக்ஞை என்பது ஒன்றே என்பதாலும் மனிதர்கள் அனைவரும் அந்தப் பிரக்ஞை யில் பங்குகொள்கின்றனர் என்பதாலும் கவிதையின் எழுச்சி யின் அடிப்படையில், அதன் தோற்றத்தின் முறைபாடு ஒன் றாகவே இருக்க முடியும்.

இங்கு வேறு ஒரு விஷயத்தையும் கவனிக்க வேண்டும். மனம் என்பதற்கு ஒரு தனிப்பட்ட உருவம் கிடையாது. ஆனால் எந்த ஒரு கணத்திலும் அந்தக் கணத்தின் அனுபவ அமைப் பின் உருவத்தை மனம் மேற்கொள்கிறது. ஒவ்வொரு அமைப்பும் ஒவ்வொரு ‘காலம் – இடம்’ என்ற கட்டுக்கோப்பில் *(structure)* அமைந்திருக்கிறது. களிமண்ணுக்கு என பிரத்யேகமான உருவம் என்று ஒன்று இல்லாதது போலவே மனம் (அல்லது பிரக்ஞை) என்பதற்கும் குறிப்பிட்ட ஒரு உருவம் இல்லாமல் இருக்கிறது. களிமண் தேவைக்கு ஏற்றவாறு எந்த உருவத்தையும் எடுத்துக் கொள்வதுபோல் மனமும் வெவ்வேறு நிலைகளில் வெவ்வேறு உருவங்களை மேற்கொள்கிறது.

கவிதை எழும் மனத்தின் கட்டுக்கோப்பு பிரத்தியேகமான ஒரு அமைப்பாகும். பொதுப்படையான ‘காலம் – இடம்’ அமைப்பு அங்கு இயங்குவதில்லை. காலையில் அலுவலகம் செல்ல நாம் பஸ்ஸில் ஏறும்மன அமைப்பில் நிகழ்வதில்லை, கவிதையின் மலர்தல். அதன் காலம் – இடம் அமைப்பு முற்றி லும் வேறானது. சாதாரண அமைப்பில் இடமில்லாத பல பார்வை வீச்சுக்கள் இந்த அமைப்பில் நிகழ முடியும். கவிஞ னின் பார்வை பொதுமனத்தின் கட்டுப்பாடுகளை மீறி கூர்மை யாக, ஆழமாக, நுட்பமாக, ஆக்கபூர்வமாக இயங்குவது இந்தக் காரணத்தினால்தான். அந்த மன அமைப்பில் அது ஆச்சர்ய மான ஒன்றல்ல. அதன் லாவகம் அந்த அமைப்பில் இயற்கை யானதே.

அந்த அமைப்பில் காணும்போது உலகில் பொருட்களின் இடையே உள்ள தொடர்புகள் பொது மன அமைப்பின்

தொடர்புகளிலிருந்து வேறுபட்டவையாக இருக்கின்றன. இந்த உலகின் நீள, அகல, ஆழங்கள் வித்தியாசமானவை. புதிய பார்வைகளும் வீச்சுகளும் இதனால் சாத்தியமானகின்றன.

அடுத்ததாக, ஆக்கபூர்வமான அந்த மனத்தின் பார்வை ஒரு உருவம் பெறத் தொடங்குகிறது. பார்வையில் பொருள் சேர்கிறது. படிமங்களும் பிம்பங்களும் இயக்கம்கொள்கின்றன. இந்தப் படிமங்களும் பிம்பங்களும் காலம் காலமாக மனிதப் பிரக்ஞையில் சோந்து உருவானவை. தனிமனித மனத்தைவிட அதிக கால நீட்சிகொண்டவை. தனிமனத்தின் வழியாக இயக்கமும் வெளிப்பாடும் கொண்டாலும் தனி மனித அமைப் பின் எல்லைகளுக்குள் அடங்காதவை. அவை காலத்தின் சாரம். தனிமனிதப் பார்வையின் பின்னணி.

இதன்பின் கவிதை மொழியின் தளத்தில் இயக்கம் கொள்கிறது. கவிதையின் முறைபாடு அடிப்படையில் நனவு மனம் அமைப்பை *(conscious mind)* மட்டும் சார்ந்ததல்ல. அதன் எல்லைகளுக்கு அப்பாலும் கவிதையின் முறைபாடு இயங்குவதால் சில நேரம் கவிதை வரிகள் சுயேச்சைபூர்வமாக *(spontaneous)* மனத்தில் தோன்றுதல் மிகவும் அரிதானதல்ல. சில சமயம் முழுக்கவிதையுமே இவ்வாறு நனவு மனத்தின் முயற்சியின்றி வெளிப்படக் கூடும். தேவையெனத் தோன்றி னால் நனவு மனம் சில சொற்களையோ வரிகளையோ மாற்றி வைக்கலாம். ஆக, கவிதை மொழியின் அமைப்புக்குள் வந்து விடுகிறது.

மொழி என்பதும் காலத்தின் விளைவு, சேகரிப்பு. காலப் பிரக்ஞையின் இயக்கவிதியில் மொழியின் அங்கம் மைய முக்கியத்துவம் வாய்ந்தது. படிமங்களும் பிம்பங்களும் ஒரு வகையில் மொழி அமைப்பின் அங்கமே. ஒரு தளத்தில் மொழியே மனமாக செயல்படுகிறது. எழுதி முடிக்கப்பட்ட கவிதை *(Text)* இப்போது வாசகனுக்குக் கிடைக்கிறது. இது வேறு ஒரு தளம். கையெழுத்துப் பிரதியோ அல்லது அச்சிடப் பட்ட புத்தகமோ அன்றாட கால அமைப்பில் உள்ள உலகில் தான் இருக்கிறது ஆனால் வாசகன் கவிதையைப் படிக்கும் போது அவன் மனத்திற்கும் கவிதைக்கும் இடையில் ஏற்படும் உறவு ஒரு புதிய அமைப்பாக உருகொள்கிறது. அவனுடைய உடலும் புத்தகமும் பௌதிக உலகின் அங்கமாக இருந்த போதிலும் மனத்தளவில் அவன் பிரக்ஞை அந்த பௌதிக உலகிலிருந்து விடுபட்டு வேறு ஒரு கட்டுக்கோப்பில் அமைகிறது.

கவிதையின் சொற்களும் ஓசையும் பொருளும் அவன் மனத்தில் எழுப்பும் பிம்பங்கள் ஒரு பிரத்யேக வெளியில் இயக்கம்கொள்கின்றன. அந்த உலகில் கால கதி வெறும்

வரிசைத் தொடர்ச்சி அல்ல; இயக்கபூர்வமான (dynamic) கால – இட அமைப்பு அது.

சம்பவங்கள் நிகழும் விவரணைக் கவிதை (Narrative poem)யாக இருக்கும் பட்சத்தில் அந்த நிகழ்வுகளின் காலம் எது? எந்த வெளியில் அவை நிகழ்கின்றன? பிரக்ஞையே ஒரு காலம் – இடம் கட்டுக்கோப்பை உருவாக்குகிறது. கவிதை படித்து அதன் அதிர்வுகளும் அடங்கிய பிறகு அந்தக் கட்டுக் கோப்பு பிரகஞையிலேயே அலைகள் நீரில் அடங்குவதுபோல் அடங்கிக் கலந்துவிடுகிறது.

கவிதை வாசகனின் பிரக்ஞையில் புதிய உலகக் கட்டுக் கோப்புகளை (New world structures) ஏற்படுத்துகிறது. அந்த உலகங்கள் பிரக்ஞையில் நிலைக்கும்வரை அவனது இருப் புணர்வு அந்த உலகங்களில் 'வாழ்ந்து' அனுபவம்கொள்கிறது.

ஒரு உண்மையான கவிஞனுக்கு மேற்சொன்ன எல்லா விஷயங்களும் அறிவுபூர்வமாக இல்லாது போனாலும் உணர்வு பூர்வமாகத் தெரியும். அறிவுபூர்வமாக நிறைய விஷயங்கள் அறிந்த கவிஞர்கள் இருக்க முடியும். ஆனால் அவர்களுக்கும் அடிப்படையானது உணர்வுபூர்வமான, நேரிடையான தெரிதல்தான். பிரக்ஞையின் பல தளங்களைப் பற்றிய உள் ளுணர்வு (intuition) தான் கவிஞனை ஆழத்தில் இயக்குகிறது.

அறிவுத் தளத்திலேயே இன்று 'காலம்' என்னும் கருத் துருவம் மிகவும் பரிச்சயமாகிக்கொண்டிருக்கிறது. நிறைய புதிய கவிஞர்களும் காலம் என்னும் பொருள் பற்றி புதிய கோணங்களில், புதிய வெளிச்சங்களைத் தம் கவிதைகளில் வெளிப்படுத்துகிறார்கள். காலம் பற்றிய புதிய படிமங்கள் நவீன கவிதைகளில் உருவாகியிருக்கின்றன.

காலத்தின் சார்புநிலை (relativity) பற்றியும் கால நீட்சி யின் அனுபவம் வெவ்வேறு மனநிலைகளில் வெவ்வேறாகத் தோற்றம்கொள்வது பற்றியும் ஆழமான படிமங்கள் பல வந்திருக்கின்றன.

கவிதை விமர்சன உலகத்திலும் இன்று புதியதாகத் தோன்றியிருக்கிற 'கட்டுடைத்தல் விமர்சனம்' (deconstruction) என்பதும் கவிதை அமைப்பில் கட்டுக்கோப்பை ஆராய்கிறது. காலம் என்பது நிகழ்வுகளின் வரிசையாகக் கொள்ளப்படுவ தால் 'முன் – பின்' என்பது காலம் என்பதின் முக்கியமான கூறு ஆகும். ஒரு குறிப்பிட்ட வரி கவிதையில் எத்தனையாவது வரியாக இருக்கிறது என்பது அந்த வரியின் பொருளை மட்டுமல்லாமல் அதன் தொடர்பாக மற்றவர்களின் பொருளை யும் அதனால் கவிதையில் முழுப்பொருளையும் நிர்ணயிக்கிறது.

கவிதை வரிகளில் நிகழ்வு வரிசை *(order of occurance)*யும் ஒரு கால வரிசையே. வரிகளை இடம் மாற்றிப் போட்டு வரிசையை மாற்றிப் பார்த்தால் புதிய கட்டுக் கோப்புகளும் புதிய பிரதிபலிப்புகளும் புதிய எதிரொலிகளும் வெளிப்படு கின்றன.

புறவயமான கடிகாரக் காலத்தின் தயை தாட்சண்யம் அற்ற ஒருதிசை ஓட்டம் *(unidirectional flow)* ஒரு புறமும் ஆக்கபூர்வமான *(creative)* இயக்கபூர்வமான *(dynamic)* அகவய மான காலம் இன்னொரு புறமும் மனித வாழ்வில் ஓட்டத் தின் இரு கரைகளாக இருக்கின்றன.

நிகழ்வுகள் நடந்தவை, நடக்கப்போகும் நிகழ்வுகள் என்று மூன்றாகப் பிரிவடைந்திருப்பது ஒரு முறைபாடு. இதன்படி ஒரு குறிப்பிட்ட கணத்தில் ஒரு நிகழ்வு மட்டுமே நிகழ முடியும். மற்ற நிகழ்வுகள் அதன் முன்னும் பின்னுமாக அமைக்கப் பட்டிருக்கும்.

அனைத்து நிகழ்வுகளும் ஒரே கணத்திலேயே (அதாவது எப்போதுமே) உடநிகழ்வாக *(simultaneous)* நிகழ்வதாகக் கொள்வது இன்னொரு முறைபாடு. இதன்படி இறந்தகாலம், நிகழ்காலம், எதிர்காலம் என்னும் அமைப்பு ஒரு புத்தகத்தைப் போல் மொத்தமாக, முழுமையாக பிரித்து பக்கங்களைப் போல் முன்னோக்கியோ பின்னோக்கியோ பார்க்கக்கூடிய தாக இருக்கிறது.

கவிதையில் இயக்கம் முழுப்பிரக்ஞையின் இயக்கமாக இருப்பதால் காலத்தின் இயக்கமாகவும் இருக்கிறது. மேலே குறிப்பிட்டுள்ள பல்வேறு முறைபாடுகளும் கவிதையின் உட் கூறுகளிலும் கருத்துத் தளத்திலும் வெளிப்படுகின்றன.

கவிதைக்கும் காலத்துக்கும் உள்ள உறவு பல பரிணாமங் களில் இயங்குகிறது. இந்தக் கட்டுரையில் ஒரு சில கோணங் களில் மட்டுமே இந்த விஷயம் ஆராயப்பட்டிருக்கிறது. இன்னும் எத்தனையோ பக்கங்கள் இந்தப் படிகத்துக்கு உண்டு. அதனால் இந்தக் கட்டுரையை முழுமையானதாகக் கொள்ளமுடியாது. படிகத்தின் ஒவ்வொரு பக்கமும் ஒவ்வொரு பார்வையை வெளிப்படுத்துகிறது. சிறு குழந்தையின் கையில் கிடைத்த ஒரு படிகம் போல் இதைத் திருப்பித் திருப்பிப் பார்த்துக் கொண்டிருக்க வேண்டியதுதான்.

✵

10

மரம் பூக்கும் ஒளி
கோகுலக்கண்ணன் கவிதைகள்
பற்றிய குறிப்புகள்

கவிதை ஒவ்வொரு கவிஞனையும் வெவ்வேறு தளங்களில் நின்று அழைக்கிறது. கவிதையால் அழைக்கப்படும் கவிஞன் மற்ற கவிஞர்களில் இருந்து வேறுபட்டவனாக இருக்கிறான். கவிதை எழுதும் விழைவு உள்ளவர்கள் எல்லாம் கவிதையால் அழைக்கப்பட்டவர்கள் என்றுகொள்ள வேண்டிய அவசியமில்லை. அதேசமயம் அவர்கள் எழுதுவதும் அசலான கவிதையாக இருக்க முடியும் என்பதில் எந்தவிதமான சந்தேகமுமில்லை.

ஆனால் கவிதையால் அழைக்கப்பட்டவன் அல்லது அழைக்கப்பட்டவள் நிலை வேறு. அவர்கள் பிரத்தியேகமானதொரு ஆட்படுதலுக்கு உள்ளாகிறார்கள். கவிதை தனக்கு நண்பனா அல்லது எதிரியா என்ற கேள்விக்குக்கூட அவர்களால் நிச்சயமானதொரு பதிலைத் தர முடிவதில்லை. அவர்களுக்கும் கவிதைக்கும் இடையே உள்ள உறவு விசித்திரமானது. சில அம்சங்களில் காதலைப் போன்றது அது. அதன் நிச்சயமின்மையும் வேதனையும் வலியும் சில நேரங்களில் தாங்க முடியாததாக இருக்கக் கூடியது.

தொடக்கத்தில் சந்தோஷமும் ஆழ்மன உணர்வும் தந்து பின் ஏக்கமும் வலியும் தரவல்லது கவிதையின் அழைப்பு. கவிதை சிலரை இது மாதிரியானதொரு ஆட்படுதலுக்கு உகந்தவர்களாகத் தேர்ந்தெடுக்கிறதோ என்று எண்ணுமளவுக்கு அதன் வீச்சும் அழுத்தமான பிடிப்பும் இருக்கிறது.

கவிதையின் தோற்றுவாய் எது என்பது குறித்துப் பல விதமான கருத்துக்கள் உள்ளன. ஆனால் எதுவாக இருந்தாலும் இம்மாதிரியான ஒரு முறைபாட்டை அது மேற்கொள்கிறது என்பதில் சந்தேகம் எதுவுமில்லை. கவிதை என்னும் சாதனத்தின் வழியாகக் கவிஞனின் அகத்தளத்தில் ஆழமான மாற்றங்களை அது விளைவிக்கிறது.

கவிதையின் தோற்றுவாய் என்ன என்பதைப் பற்றிய தெளிவு இல்லாமல் இருப்பதே அது நம் நனவு மனத்தளத்தின் வரையறைக்குள் இல்லை என்பதைக் காட்டுகிறது. கவிதை வெளிப்படும் தருணங்களில் நனவுத்தளமும் நனவிலித்தளமும் தற்காலிகமாக இணைந்து செயல்படும் உணர்வு ஏற்படுவதாகப் பல கவிஞர்கள் உணர்ந்திருக்கிறார்கள். அது அவ்வாறென்றால், கவிதையின் நோக்கம் இந்த இரண்டு தளங்களையும் நிரந்தரமாக இணைப்பதுதான் என்று ஏன் எடுத்துக்கொள்ளக் கூடாது எனும் கேள்வி இயல்பாக எழுகிறது. கவிதையின் நோக்கம் தனித்தனியான இரண்டு தளங்களை இணைப்பதா, அல்லது தன் சுய இயல்பில் ஒருங்கிணைந்திருக்கும் ஒரே விஷயத்தின் இரண்டு அம்சங்களிடையே உள்ள அடிப்படையான ஒன்றுதலை உணர்ந்துகொள்வது என்னும் முறைபாடா என்ற கேள்வியும் இங்கே சரியானதாகத் தெரிகிறது.

இந்த இரண்டு தளங்களும் தனித்தனியானவை என்ற நம்பிக்கையின் அடிப்படையில் நம் வாழ்வையும் அகத்தையும் அமைத்துக்கொண்டுவிட்டதுதான் நம் ஆழங்களுக்குள் இயல்பாகப் பயணிக்கக் கூடிய சுதந்திரத்தை இழந்து நாம் தவிப்பதன் காரணமா? இந்த விலகலை, இந்தப் பிளவைச் சரி செய்வது தான், அதைச் சீர்படுத்துவதுதான் கவிதை மற்ற கலைகளின் நோக்கமா? நம் அகத்தின் தோற்றுவாயும் கவிதையின் தோற்றுவாயும் ஒன்றுதானா? அல்லது குறைந்தபட்சம் இவையிரண்டும் மிகவும் நெருங்கிய தொடர்புள்ளவையா?

இதில் ஏதாவது உண்மை இருக்கிறதா? அல்லது அதற்கான சாத்தியமாவது இருக்கிறதா என்று நாம் பார்க்க வேண்டியது அவசியமாகிறது. கவிதை எழும் முறைபாட்டில் ஆழ்மனத்தில் இருந்து எழுந்துவரும் பிம்பங்கள், படிமங்கள், உருவகங்கள், அவற்றின் தன்மைகள், இந்த விஷயத்தில் ஓரளவுக்கு நமக்குத் துணை செய்யக் கூடும் என்று படுகிறது.

சமூகம், அரசியல், காதல், இயற்கை, தத்துவம், அகத்தளங்கள், என்று கவிதை எந்தத் தளத்தைப் பற்றியதாக இருந்தாலும் சில பிம்பங்கள், படிமங்கள் மட்டிலும் தொடர்ந்து கவிதையில் வருவதை நாம் காண முடியும். உதாரணமாக, நெருப்பு, நிழல், நீர், நதி, கடல், வானம், நட்சத்திரங்கள், மரம், இலை,

காய், கனி, மலர், நிலவு, சூரியன், மலை, மேகம், பனி, விரல்கள், கண்கள், கதவு, சாளரம், பூட்டு, சாவி, வட்டம், வனம், சருகு, திரைச்சீலை, கண்ணாடி, கரை, பெண்டுலம், ஊஞ்சல், காலண்டர், வரைபடம், குதிரை, ஒளி, இருள், காற்று, பாறை, நிலம், நெடுஞ்சாலை, வெப்பம், குளிர், வண்டிகள், குழந்தை, கடவுள், மனிதன், குரல், மண், பாலை வனம், மூச்சு, அரங்கம், தந்தை, தாய், பெண், முதியவன், மூதாட்டி, மரணம், பிறப்பு என்று மனிதப் பிரக்ஞையில் பன்னெடுங்காலமாக இருந்து காலத்தின் சாரமாக இழைந்து நிற்கும் மன பிம்பங்கள் கவிதைகளில் பெருமளவுக்கு வருவதை நாம் காண முடிகிறது.

இந்தப் பிம்பங்கள் எல்லாம் மனித நனவிலி மனத்தளத்தில் வேர்கொண்டு நிற்பவை. ஆண்டாண்டு கால மனித அனுபவத்தின் சாரத்தைத் தமக்குள்கொண்டவை. பொருள் ஊறித் தோய்ந்தவை. சந்தர்ப்பத்துக்கேற்றவாறு, இடத்துக்கேற்றபடி பொருள் தரக்கூடியவை. புராதனமானவை. தம்மைக் குறிக்கும் சொற்களுக்கும் முந்தையவை. மொழிக்கு ஆதாரமானவை. மன அனுபவத்துக்கு அடிப்படையானவை. வாழ்வனுபவங்கள் நனவு மனத்தளத்தை நிலைகுலையச் செய்யும்போது ஆழ்மனத்திலிருந்து வெளிப்பட்டு முக்கியமான தாக்கங்களை விளைவிக்கக் கூடியவை. சில எதிர்பாராத தருணங்களில் தாமே மனத்தை நிலைகுலையச் செய்யக் கூடிய வல்லமைகொண்டவை. மனத்தின் உருவத்தை மாற்றிப் புதிய வார்ப்பில் அமைக்கக் கூடியவை. அதன் விளைவாக மனத்தின் அனுபவ எல்லைகளை மறுநிர்ணயம் செய்யக்கூடியவை. அகத்தின் வளர்சிதை மாற்றத்தில் பெரும் பங்கு வகிக்கக் கூடியவை. அகத்தின் தன்மையை, குணத்தை, வாசனையை நிர்ணயிக்கும் ஆற்றல் கொண்டவை. வலிமையானவை. இயற்கையின் மண்வாசனை கொண்டவை. நனவு மனத்தைவிட இன்னும் நெருக்கமானவை. பழமை ஊறியவை. மனித சரித்திரமென்னும் மாளிகையை ஆக்கி நிற்கும் கற்களென இருப்பவை இந்த பிம்பங்கள்.

தனிமனத்தினுள் கவிதை என்னும் பின்கதவு வழியாக உள்ளே புகுந்து அதன் அடிப்படைகளை மாற்றிவிடும் ரசவாதத்தை இந்த பிம்பங்கள் நிகழ்த்துகின்றன. தனக்குத் தானே அடையாளம் தெரியாத அளவுக்குத் தனிமனத்தை மாற்றிவிடும் அதிசயத்தை இந்த முறைபாட்டின் வழியாகக் கவிதை நிகழ்த்தி விடுகிறது. இந்த மாதிரியான கவிதையைப் படிப்பவர்களில் சிலரையும் இந்த முறைபாடு ஆட்கொண்டுவிட முடியும். கிட்டத்தட்ட மனத்தைப் பேதலிக்கச் செய்துவிடும் திறன் வாய்ந்தது கவிதையின் அழைப்பு. வெறும் மேல்மன ஆசைக்காகவோ

புகழுக்காகவோ பணத்துக்காகவோ, மற்றவர்களை பிரமிக்கச் செய்யும் பொருட்டோ கவிதை எழுத வருபவர்களைக் கவிதை பொதுவாக ஒன்றும் செய்வதில்லை. அனுபவம் என்னும் அடர்ந்த கானகத்தின் வெளியோரங்களில் அவர்கள் விளை யாடும்போது அது அவர்களைப் பொருட்படுத்தாமல், விளை யாடிவிட்டுப் போகட்டும் என்று கம்பீரத்துடன் உள்ளே அமர்ந் திருக்கும் வலிமையான விலங்கெனக் கவிதை நடந்துகொள்கிறது.

ஆனால் கானகத்தின் இருளைக் கண்டு அஞ்சிவிடாமல் உள்ளே ஊடுருவி நுழைபவர்கள் அந்த விலங்குடன் சமர் புரிந்தாக வேண்டிய கட்டாயம் இருக்கிறது. கவிதை வெறும் சொற்களோடு விளையாடும் விளையாட்டல்ல என்று அனுபவ பூர்வமாக அவர்கள் உணர்ந்துகொள்ள வேண்டியிருக்கிறது. தன் அகத்தின் இருளோடு, அங்கே அலைந்துகொண்டிருக்கும் வலிய விலங்குகளோடு, அடர்ந்து மண்டிக் கிடக்கும் புதர்களோடு, கட்டற்று ஓடும் காட்டாறுகளோடு சரிசமமாய் நின்று போரிட வேண்டிய நிர்ப்பந்தத்தைக் கவிதை கவிஞனுக்கு ஏற்படுத்துகிறது. ஓரங்களைக் கடந்து உள்ளே நுழைந்த பிறகு போரை முடிக்காமல் வெளியே வருவதற்கு வழியேதும் இல்லாத கானகம் அது. அதனால்தான் கவிதை வேதனையும் அயர்ச்சியும் தரவல்ல ஒரு அவஸ்தையாக இருக்கிறது.

ஆனால் இந்தப் போரில் அயர்ந்துவிடாமல் உள்ளேயிருந்து தொடர்ந்து எழும் சவால்களை எதிர்கொண்டு நிற்பவர்களுக்குக் கடைசியில் வெற்றி கிட்டுகிறது. கவிதை எழும் கணங்களில் மட்டும் தற்காலிகமாக அகத்தில் அனுபவமாகும் ஒருங்கிணைவு – நனவு மனத்தளமும் நனவிலி மனத்தளமும் ஒன்றென இயங்கும் ஒருங்கிணைவு – நிரந்தரமான புதியதொரு அகத்தளமாக வேர் கொண்ட நிலைக்கு இம்மாதிரியானவர்களை அழைத்துச் செல்லும் வல்லமை வாய்ந்தது கவிதை. இந்த நோக்கத்துடன் தான் கவிதை சிலருக்கு அழைப்பு விடுக்கிறது.

கோகுலக்கண்ணனின் கவிதைகளில் பல இந்தத் தன்மை யைக் கொண்டிருக்கின்றன. காணும் காட்சிச் சொல்லெடுத்துக் கவிதையாக வெளிப்படும்போது, சொல்லடுக்கில், படிம வரிசைக் கிரமத்தில், ஊடாடும் ஓசையின் ஓட்டத்தில், கவிஞனின் உள்மன ஆழம் தெளிவாக வெளிப்படுகிறது. தான் காணும் காட்சியையும் அதைக் காணும் தன்னையும் ஒரே கணத்தில், ஒரே அனுபவப் புள்ளியில் நிலைநிறுத்தும் லாகவம் கோகுலக் கண்ணனுக்கு இயல்பாகக் கைவந்திருக்கிறது. கவிதையின் சாகசம் மொழி இயங்கும் தளத்தில் நிகழாமல் மொழி விளையும் தளத்தில் நிகழ்கிறது. இதனால் ஏதோ ஒரு படிமப் பிரயோகத் தில், ஏதோ ஒரு வரியில் வாசக மனத்தை சட்டென்று புரட்டிப்

போட்டு, அவனுடைய பார்வையைப் புதியதொரு கோணத்தில் திசைதிருப்பிவிடும் வித்தையைச் சில கவிதைகள் செய்கின்றன.

'அகராதியில் விழுந்த குழந்தை' என்ற கவிதை மேற் சொன்ன விஷயத்தைத் தெளிவாகக் காட்டுகிறது. குழந்தை மனிதனாக வளர்ச்சியுறும் முறைபாட்டின் கட்டங்கள் இந்தக் கவிதையில் மிகவும் எளிமையாக வெளிப்பட்டிருக்கின்றன. அகராதிக்குள் குழந்தை விழுந்த கதை அதேபோல் நாம் விழுந்த கதையை நமக்கு ஞாபகப்படுத்திவிடுகிறது. அறிவு பூர்வமாகவோ உணர்வுபூர்வமாகவோ ஒருகணமாவது நமக்கு ஒரு அதிர்ச்சியும் விழிப்பும் ஏற்படுகின்றன. இந்தக் கவிதை ஒரு வாசகனுக்குள் முக்கியமானதொரு வாசல் திறக்கக் காரணமாக அமையக் கூடியது. பசியில் குழந்தை வார்த்தை களை உறிஞ்சத் தொடங்கும் கட்டம் அடிநெஞ்சில் ஒருகணம் ஆழ்ந்த பதற்றத்தை விளைவிக்கிறது.

இவரது கவிதையில் ஒளி பல்வேறு பண்புகளை மேற் கொள்கிறது. 'கைது' என்னும் கவிதையில்,

> அந்த வசந்தகால மாலையின் மென்மையான ஒளி
> அவள் சருமத்தின்மேல் எறும்புபோல் விரைந்தது
> ... ...
> சாட்டையைப்போல் விழுந்தது
> முன்னால் சீறிய உலோகம் உமிழ்ந்த ஒளி

'ஒரு இலை பெற்றுக்கொண்டது' என்னும் வசனகவிதை இந்தத் தொகுப்பின் முக்கியமான கவிதைகளில் ஒன்று. ஒரு மரத்தின் நூற்றுக்கணக்கான, அல்லது அதற்கும் மேற்பட்ட இலைகளில் ஒன்று மட்டும் ஒளியை முழுமையாக ஏற்றுக் கொள்கிறது. ஏதோ காரணங்களால் மற்ற இலைகள் அவ்வாறு ஏற்றுக்கொள்ள முடியாமல் தடைபடுகின்றன. இறுதியாக ஒளியின் விலகலில் அது கீழே விழுகிறது. தான் ஒளியை முழுமையாக ஏற்றுக்கொண்டதால் அதை மற்றவற்றுடன் பகிர்ந்துகொள்ளவும் துடிக்கிறது அந்த இலை. 'இத்தனை முழுமையை ஏற்றுக்கொண்ட வாழ்வு எப்படித் தொடர முடியும்?' என்று கேட்டு அதிசயிக்கிறார் கவிஞர்.

சில கவிதைகளில் கடவுள் வருகிறார். அவர் கண்கள் 'தனித்தனியாய் / துளித்துளியாய், / விழுகின்றன வானத்தி லிருந்து.' மென்மையான அவரது கண்கள் 'சிறுகாற்றிலும் திசையெங்கும் சிதறிப் பறக்கின்றன.' 'சிறுவர்களும் சிறுமியர் களும் கடவுளின் கண்கள் மீது / சறுக்குப் பலகைகள் கொண்டு சறுக்கி விளையாடுகிறார்கள் / குழந்தைகள் கடவுளின் கண் களைக் குவித்து பந்துகளாக்கி / மேல் எறிந்து விளையாடுகிறார்கள்.'

கடைசியில், 'இரவின் போர்வைக்குள் கிடக்கின்றன / கடவுளின் கண்கள் / கடவுளின் கண்களைப் பார்த்தபடியே.'

கடவுள் தன் அந்தரங்க உதவியாளனோடு அழிவைப் பார்வையிட வரும்போது, அவன் உணர்ச்சியேதுமற்று, கூரை சரிந்த வீடுகள், கிளைகள் முறிந்த மரங்கள், நீரில் மிதக்கும் வாகனங்கள், ஆடைகளுடன் இருக்கும் பிணங்கள், ஆடைகள் இல்லாதவை, குழந்தைகள், முதியவர்கள், மிருகங்கள், என்று அழிவின் விவரங்களைக் கணக்கெடுக்க, கடவுள் கண்கள் பொங்கத் 'தேம்பித் தேம்பி அழுகிறார்.'

'இரவையும் பகலையும்கூட / தெருக்களாகச் சுற்றும்' 'நகரத்தில் அலைபவன்', காலண்டரின் கட்டங்களைத் தின்று கொண்டே போகும் மனிதன், கைதாகிப் போகும் அழகான பெண், என்று கோகுலக்கண்ணனின் கவிதை வித்தியாசமான நிலக்காட்சிகளை முன்வைக்கிறது. முக்கியமாக, புதியதான நிலக்காட்சிகள், வேறொரு அகப்பின்னணியில் வேறொரு மண்ணின், வேறொரு கலாச்சாரத்தின் பிரதிபிம்பங்கள், தமிழ்க் கவிதையுலகுக்குக் கிடைத்திருக்கின்றன.

'இந்தத் தொகுப்பில் இரண்டு நீண்ட கவிதைகள் இருக்கின்றன. இவற்றில் 'கண்ணாடிக் கோளத்தின் உட்புற விரிசல்கள்' முக்கியமான கவிதை.

மரம் ஒவ்வொரு இலையாக உதிர்க்கிறது
பறவை பாடலை இழந்துகொண்டிருக்கிறது
குழந்தை ஒவ்வொரு வார்த்தையாக
இழந்துகொண்டிருக்கிறது
இரு மலைகளுக்கு நடுவில் ஒளி
ஒவ்வொரு துளியாக
விழுந்துகொண்டிருக்கிறது
... ...
ஒரு சிறுமி
தவளையை முத்தமிட்டு
தற்கொலை செய்துகொள்கிறாள்
நெடுஞ்சாலையில் காரைச் செலுத்துபவன்
வழி மாறி
ஒரு பாடலுக்குள் தொலைந்து போகிறான்
... ...

இப்படியாகப் போகிறது இந்தக் கவிதை. கோகுலக்கண்ணனின் பல கவிதைகளில் ஒரே சமயத்தில் மௌனமும் சொற்களும் ஒன்றாக இயங்குகின்றன. நிகழ்வுகளின் வேகமான ஓட்டமும் ஆனால் பின்னணியாக ஒரு நிசப்தமும் ஒரே

நேரத்தில் இழைந்து வருகின்றன. கவிதைகள் எல்லாவற்றிலும் ஏதேதோ நடந்துகொண்டே இருக்கிறது. ஆனாலும் எதுவும் நடக்காத தளம் ஒன்று கூடவே வருகிறது. நடப்பவை பொதுமனத்தின் அனுபவத்தளத்தை விட்டு விலகி மாற்று யதார்த்த அனுபவங்களாக நிகழ்கின்றன. பொதுமனத்தின் கட்டுப்பாடுகளையும் அதன் இலக்கணங்களையும் விடுத்த அகவெளி நிகழ்வுகளாக அவை உருவம்கொள்கின்றன. அதிர்ச்சியூட்டுபவையாக வெளிப்படுகின்றன.

கோகுலக்கண்ணனின் கவிதை உலகம் விரிவும் ஆழமும் கொண்டதாக இருக்கிறது. நுட்பமான வாசகனுக்குள் ஆழ்ந்த தாக்கங்களை ஏற்படுத்தக்கூடிய தன்மை இவரது கவிதையில் பெருமளவுக்குக் காணக் கிடைக்கிறது. அனுபவம் தன் அகக் கட்டுக்கோப்பில் மாற்றம்கொள்ளும் ஜாலம் இவரது கவிதைகளில் முக்கியமான அம்சமாக இருக்கிறது. எளிமையான சொற்கள், படிமங்கள், காட்சிச் சித்திரங்கள். ஆனால் எளிமையானது என்பதும் சுலபமானது என்பதும் எந்த அளவுக்கு வேறுபட்டவை என்பதற்கு இவரது கவிதைகள் சிறந்த எடுத்துக் காட்டு.

இந்தக் கவிதைகளைப் படித்துப் பார்த்த ஒரு நண்பர் என்னிடம், ‘இந்தப் புத்தகம் ஒருவர் ஒரு தன்விருப்பப் புத்தகமாக *(Personal Book)* வைத்துக்கொள்ளக் கூடியதாக இருக்கிறதென்று சொல்லலாமா?’ என்று கேட்டார். ஒரு கணம் யோசித்துவிட்டு நான் சொன்ன பதில் இதுதான். ‘நிச்சயமாக. தனிமையில் இருக்கும்போதும் ஏதாவது பயணத்தில் செல்லும்போதும் – அதாவது தன்னுடன் தான் இருக்கும் சந்தர்ப்பங்களில், புற வாழ்க்கையின் நிர்ப்பந்தங்களுக்காகத் தான் ஏற்படுத்திக்கொண்ட கட்டுகளிலிருந்து விலகி, தன்னியல்புடன் மனம் இருக்கும் எந்த சந்தர்ப்பத்திலும் – குறிப்பாக அந்த மாதிரியான தருணங்களில், கையில் வைத்துக்கொண்டு உறவுகொள்ளக் கூடிய புத்தகமாக இது இருக்கிறது.’

✵

11

ஒரு சொல்லின் மரணம்

சொல் என்பது, ஒரு பொருளை உணர்த்துவதற்காக ஏற்பட்ட ஒலியைக் குறிக்கும் எழுத்துக்களின் கூட்டு.

சொல்லின் பிறப்பில் ஓசைதான் வித்து. உணர்ச்சிகளை ஓசை வாயிலாக வெளிப்படுத்த வேண்டிய நிர்ப்பந்தத்தில், உணர்ச்சி ஓசையுடன் ஒன்றி ஒலிவடிவம் கொள்கிறது. ஒலியை எழுத்துக்கள் மூலமாக வெளிப்படுத்த முடிகிற வசதியின் காரணமாக, ஒலி வடிவில் உள்ள உணர்ச்சி எழுத்தின் வடிவம்கொண்டு சொல் பிறக்கிறது.

இது முழுவதும் மனத்தளவிலேயே நடக்கும் செயலாக இருப்பதால், சொல்லின் பயனும் புலன்களின், மனத்தின், வரம்புகளுக்குட்பட்டு ஸ்தூலமாக நிற்கிறது. இந்நிலையில் சொல் ஒரு இருப்பாக உருவம் ஒலி போன்ற பரிமாணங்கள்கொண்டு இயங்குகிறது. தன் இருப்புக்காகத் தான் இயங்கும் சொல் தன் ஸ்தூலத்தை மீறித் தன்னை முழுமையாக உணர்த்த முடியாமல் கட்டுகளுக்குள் செயல்படுகிறது. தன் ஸ்தூலத்தைத் துறந்து தன் பயனை உணர்த்தி நிற்கும் நிலையில்தான் சொல்லின் இருப்பு நியாயப்படுகிறது.

சொல் என்னும் ஸ்தூலம், அதனை மீறிய அதன் சூட்சுமத்திற்குக் குறியீடாக நிற்கிறது. ஒரு குறியீட்டின் பயன், அதனை மீறிப் பார்ப்பதுதான். குறியீட்டையே பார்வைப் பொருளாகக் கொள்ளும்போது, குறியீடு தன் தண்மையை, பயனை இழந்து நிற்கிறது. இந்நிலையில் உண்மைப் பரிவர்த்தனைக்கு இடமின்றிப் போகிறது. சொல்லின் ஸ்தூலத்தில் உண்மைப் பரிவர்த்தனை கிடையாது.

ஒரு சொல் நமக்கு அறிமுகமாகும்போது, அதன் சூட்சுமம் புரியாத நிலையில், அதன் உருவம், ஒலி என்பனவற்றிற்கு மேல் அதற்குப் பொருள் இல்லாமல் போகிறது. நாம் அறிந்த, அறியாத மொழிகளில் உள்ள சொற்கள், இந்நிலையில் நமக்கு வெறும் சொற்களாகவே புரிகின்றன. 'எல்லையற்ற, என்னும் சொல்லின் பொருளைப் புரிந்துகொள்ள அப்பொருளின் தன்மையைத் தெரிந்துகொள்ளவேண்டும். சொல்லளவில் அத் தன்மையை நிச்சயமாகப் புரிந்துகொள்ள முடியாது. அச்சொல் லின் எண்ணிக்கை அளவில் உள்ள எழுத்துகளின் கூட்டு என்ற உருவ அளவிலும் அவ்வெழுத்துக்கள் குறிக்கும் ஒலியி னாலும் மட்டுமே அதைப் புரிந்துகொள்ளும்போது, அதன் முழுமையை அறிந்துகொள்ள முடியாமல் போகிறது. சொற் களின் பொருளை, அதே போன்ற பொருளை உடைய வேறு சொற்களால் புரிந்துகொள்ள வேண்டிய நிலை நீடிக்கிறது.

அமைப்புக்குள் இயங்கும் சொற்கள், மனத்தளவில் இயங்கு வதால், இல்லாத சில தொடர்புகள் ஏற்படுகின்றன. ஒரே மாதிரியான உருவத்தை – எழுத்துக்களை – உடைய சொற்கள் தொடர்புடையனவாகத் தோன்றுகின்றன. ஒலியை சொற்க ளாகவே புரிந்துகொண்ட நிலையில், எதுகை, மோனை, சிலேடை, மடக்கு போன்ற இலக்கண உருவங்களை அவற்றிற் காகவே பயன்படுத்த இடமேற்படுகிறது.

உண்மையின், உண்மையான வாழ்க்கையின் வெளிப்பா டான இலக்கியம் போன்ற கலைகள், குறியீட்டையே பார்வைப் பொருளாகக்கொண்ட இந்த நிலையில், வெளிப்பாட்டின் பயன் இழந்து, அந்நிலையை மீற முடியாமல் நிற்கின்றன. வெளிப்பாட்டை வெளிப்பாடாகவே புரிந்துகொண்ட நிலை யில் உண்மைப் பரிவர்த்தனை இல்லாமல் போகிறது. உதாரண மாக 'நான் மரணத்தைப் பற்றிச் சிந்திக்கிறேன்' என்னும் வரியில் உள்ள சொற்கள், வரிவடிவம்கொண்ட ஒலியாகவே நிற்கிறது. மரணம், சிந்தனை போன்றவற்றை ஸ்தூலமான சொற்களின் உதவியாலேயே புரிந்துகொள்ள வேண்டிய நிலையில் இச்சொற்களின் பொருள் இருக்கிறது.

சிந்தனை என்பது ஒரு ஓட்டம்; ஸ்தூலமான சொற்களால் நிகழும் காரியம் அல்ல. ஸ்தூலமான சொற்களால் நிகழும் போது, சிந்தனை இறந்த காலத்தை, அதன் மனப்பதிவுகளை நினைவுக்குக் கொண்டு வருவதாகவே, அதன் அடிப்படையில் எதிர்காலத்தைப் பார்ப்பதாகவே போகிறது. ஸ்தூலத்தை மீறிய நிலையில்தான் சிந்தனை சுயேச்சா பூர்வமாக *(Spontaneity)* ஆகிறது. நிகழ்காலத்தின் நிரந்தரத்துவம் நிதர்சனமாகிறது. சொற்களின் ஸ்தூலத்தை மீறிப் பரிவர்த்தனை நிகழும்போது,

பரிவர்த்தனை முழுமைகொள்கிறது. 'வெட்கம் மனதின் காரியம்' என்னும் வரியில் உள்ள சொற்கள், அதன் ஸ்தூலத்தை மீறித் தன் பொருளின் முழுமையை வெளிப்படுத்துகின்றன.

ஸ்தூலத்துடன் பரிமாணத்தினுள் இயங்கும் சொல், பரிமாணம் கொண்ட ஜடப் பொருள்களையும் புலன்களால் உணரும் மனத்தின் செய்கைகளையும் மட்டுமே வெளிப்படுத்த உதவுகிறது. இந்நிலையில் சொல்லின் பொருளுக்கு விரிவு உண்டு. விரிவு, அமைப்புக்குள் நிகழும் செயல்.

அமைப்பை மீறிய உண்மையை உணர்த்த சொல் தன் அமைப்பைக் கடக்கிறது. எல்லையற்ற தன்மை, தொடர்புகள் – கட்டுப்பாடுகள் அற்ற முழுமை *(absolute)*, குணரூபம் *(Abstract)*, போன்றவற்றை உணர, சொல்லின் சூட்சுமத்தைப் புரிந்து கொள்ள வேண்டிய அவசியம் ஏற்படுகிறது.

ஒரு குறியீட்டின் பயனான தன்னை மீறுவது எனும் தன்மையில், சொல் தன் சூட்சுமத்தை வெளிப்படுத்துகிறது. ஸ்தூலத்துடன் சொல் நிற்கும் நிலை, தன் பயனைத் தான் நிறைவேற்றாமல் நிற்கும் நிலையாக இருக்கிறது. தன்னைத் துறந்து தன் பயனை நிறைவேற்றுவதே சொல்லின் இருப்புக்குப் பொருள். அந்நிலையில்தான் சொல் உண்மையான இயக்கம் கொள்கிறது. தன் பயனை உணர்த்த தன் ஸ்தூலத்தைத் துறந்து, தன் சூட்சுமத்தை உணர்த்தி நிற்கிறது; தானே சூட்சுமமாகிறது.

சொல் தன் மரணத்திற்காகவே பிறக்கிறது. அதன் இருப்பின் பொருள், அதன் ஸ்தூலத்தின் இழப்புதான்.

✵

12

ஒற்றை உலகம் எம். யுவனின் கவிதைகள் பற்றிய குறிப்புகள்

கவிதை கவிஞனுக்கு எவ்வளவு தேவையோ அவ்வளவு தேவை கவிதைக்குக் கவிஞனும். கவிஞன் கவிதையைத் தேடிப் போகிறான். கவிதையும் கவிஞனைத் தேடி வருகிறது. கவிதை முறைபாட்டின் பிரசவ வேதனையை கவிஞன் அனுபவித்து கவிதையை வெளிப்படுத்துகிறான். கவிதையும் அதே முறைபாட்டில் புகுந்துதான் வெளிவருகிறது. தாய்க்குப் பிரசவ வேதனை எவ்வளவோ அவ்வளவுக்கு குழந்தைக்கும் தானே!

ஒரு கவிஞன் தன் சொந்தக் கவிதையைக் கண்டுபிடிப்பது ஒரு பிரத்தியேகமான விஷயம். சொல்லப்போனால் கவிஞன் கவிதையைக் கண்டுபிடிப்பதற்கு முன்பே கவிதை கவிஞனைக் கண்டுகொள்கிறது. கவிதை கண்டுகொள்ளாத கவிஞன் எழுதுவது கவிதை அல்ல. அவை வெறும் பரிதாபங்கள். முகமற்ற மக்கள் திரட்சியின் பொது மனத்தில் கவிஞன் என்று பெயர் பெற்று விளங்கும் நபர்களைக் கவிதை கண்டுகொள்ளவேயில்லை என்பது தான் உண்மை.

யுவனைக் கவிதை கண்டுகொண்டிருக்கிறது. யுவன் எழுதுபவை நிச்சயமாகக் கவிதைகள், சரி. அடுத்த கேள்வி, யுவன் தன் சொந்தக்கவிதையை, தன் பிரத்தியேகக் கவிதையை கண்டுபிடித்து விட்டாரா என்பதுதான்.

ஒரு கவிமனத்தின் பல்வேறு கிரணங்கள் ஒரு குவிமையத்தில் எப்போது சேர்கின்றனவோ அப்போது தான் ஒரு கவிஞன் தன் சுய கவிதையைக் கண்டு கொண்டான் என்று சொல்ல முடியும். அவ்வாறு ஒரு

குவிமையத்தில் சேர்வது என்பது ஒரு சாதாரணமான விஷயம் அல்ல. அவன் தன் வாழ்வில், வாழ்வின் அனுபவங்களில் எந்த அளவுக்கு ஆழமும் தெளிவும் ஒருங்கிணைவும் அடைந் திருக்கிறான் என்பதைப் பொறுத்தே அவன் கவிதை ஒரு குவிமையத்தில் சேர்வதும் அமையும். அவ்வாறான ஒரு குவி மையம் யுவனின் கவிதைகளில், கவிதைப் பார்வையில் இருக் கிறதா என்று நாம் கேட்கலாம்.

யுவனின் கவிதைகளைத் தனித்தனியாகப் பார்க்கும்போது ஒவ்வொன்றிலும் ஒரு விசேஷமான பார்வை, ஒரு கூர்மை, ஒரு தெளிவு தெரிகிறது. ஆனால் அவரது கவிதைகளை மொத்த மாகப் படிக்கும்போது, குவிமையம் ஒன்றை அடைவதற்கான அடையாளங்கள் நிறைய தெரிந்த போதிலும் இன்னும் முழுமை யாக அடைந்து விடவில்லை என்றுதான் சொல்ல வேண்டும்.

குவிமையம் ஒன்றை இன்னும் அடைந்து விடவில்லை என்பதால் இவரது கவிதை நோக்கமற்றது என்று பொருளில்லை. இவரது பல கவிதைகள் இவர் எந்தத் திசையில் போய்க்கொண் டிருக்கிறார் என்பதைத் தெளிவாகவே காட்டுகின்றன. அந்தத் திசையைப் பற்றி இப்போது பேசுவது அவரது தேடல் – கண்டுபிடிப்பு வளர்ச்சிக்குச் சற்று குந்தகமாக அமையக்கூடும் என்பதால் இப்போது அது பற்றிச் சொல்வதைத் தவிர்ப்பது நல்லது என்று தோன்றுகிறது. அது ஒரு காரணம். இந்த விஷயத்தைப் பற்றி இது போன்ற ஒரு சுருக்கமான குறிப்பில் தெளிவாகச் சொல்லிவிட முடியாது என்பது இன்னொரு காரணம்.

இப்போது சில கவிதைகளைப் பார்ப்போம். ஒரு குறியீட் டுக்கும் அது குறிக்கும் உண்மைக்கும் உள்ள உறவு மிகவும் இயக்கபூர்வமான ஒன்று. இதற்கு இதுதான் குறியீடு என்று வரையறுத்துச் சொல்லிவிட முடியாது. அந்த உறவில் மாற்றங்கள் நிகழ்ந்துகொண்டே இருக்கும். எப்போது திட்டவட்டமாக, ‘இது இதைக் குறிக்கிறது’ என்று சொல்ல முடிகிறதோ அப்போது அந்தக் குறியீடு தன் ஜீவனை இழந்துவிட்டது என்றுதான் சொல்ல வேண்டும். இந்த விஷயத்தை யுவன் தன் இரண்டு கவிதைகளில் வெற்றிகரமாக, எளிமையாகக் கொண்டு வந்திருக் கிறார். ‘குறிப்பு’, ‘உருமாற்றம்’ என்னும் இரண்டு கவிதைகளும் இதைத் தெளிவாகக் காட்டுகின்றன.

உருமாற்றம்

கொக்கின் பெயர் கொக்கு
என்றறிந்தபோது
வயது மூன்றோ நாலோ.

கொக்கென்றால் வெண்மையென
பின்னால் கற்றேன்.
அழகு என பறத்தல் என
விடுதலையென போக்கின் கதியில்
தெரிந்துகொண்டது.
வேலையோ வெய்யிலோ
வார்த்தையோ வன்முறையோ
உறுத்தும்போது கொக்கு
மிருதுவென உணர்ந்தது.
அவரவர் வழியில் வளர்கிறோம்
கொக்கு அடுத்து என்ன
ஆகும் எனும் மர்மம்
உடன் தொடர.

குறிப்பு

கிளியென்று சொன்னால்
பறவையைக் குறிக்கலாம்.
பச்சையைக் குறிக்கலாம்.
மூக்கைக் குறிக்கலாம்.
பெண்ணைக் குறிக்கலாம். கூண்டுச்
சிறையைக் குறிக்கலாம்.
சமயத்தில் அது
கிளியையும் குறிக்கலாம்.

ஆழமான கவிதை சிக்கல் நிறைந்து இருக்க வேண்டியது அவசியமில்லை என்பதை 'குறிப்பு' கவிதை காட்டுகிறது. மனித மனபிம்பங்கள் சுய உயிருடன் இயங்குவது மிகவும் தெளிவாக 'உருமாற்றம்' கவிதையில் வெளிவந்திருக்கிறது. அந்தக் கொக்கு இன்னும் என்னென்ன ஆகப்போகிறது!

உள்சுழற்சி கவிதையை வேறு பரிமாணங்களுக்கு இட்டுச் செல்கிறது. அந்தப் 'பதினாறு வரிக'ளில் என்னதான் நிகழ்கிறது? எந்தப் பதினாறு வரிகள்? கவிதைகளில் நிகழ்பவை அந்தப் பதினாறு வரிகளில் நிகழ்கின்றனவா அல்லது அவற்றுக்கு வெளியிலா? வெளியில் என்றால் எங்கே? என்று சுற்றிச் சுற்றிக் கேட்டுக்கொண்டே போக முடியும். கவிதையின் உருவம் என்பது அதன் எழுத்துருவத்தையும் தாண்டி இயக்கம்கொள் கிறது என்பது இந்தக் கவிதையில் தெரிகிறது. இவை தவிர 'கொண்டு வந்த கடல்', 'அலைவு', 'விலாசம்' என்பவை சிறந்த கவிதைகளாக வந்திருக்கின்றன.

பல கவிதைகளில் ஒரு சுயேச்சையான உள் ஒழுங்கு அமைந்திருக்கிறது. கவிதை கவிஞனைக் கண்டுகொண்டுவிட்ட தற்கு இந்த சுயேச்சையான உள் ஒழுங்கு ஒரு அடையாளம்.

வேறொரு பரிமாணத்தின் தூரத்து வெளிச்சம் சில கவிதைகளில் தென்படுகிறது. அது முழுமையாக வெளிப்படும்போது யுவனின் கவிதைகள் மேலும் ஆழமும் பலமும் பெறும். தன் பிரத்தியேகமான குவிமையத்தை அவர் அடையும்போது அந்த வெளிச்சமும் முழுமையாக தன்னைக் காட்டிக்கொள்ளும்.

✵

13

உடலோடும் உயிர்
க.வை. பழனிசாமியின் கவிதைகள்
குறித்த பார்வை

கலை வெளிப்பாட்டின் பயன் என்ன என்பது பற்றி அனைத்துத் தரப்பினரும் ஏற்றுக்கொள்ளும்படியான முடிவான கருத்து என்றைக்கும் உருவாகப் போவதில்லை. அது அவசியமுமில்லை. கலையின் அறுதியான அக்கறை என்னவாக இருக்க வேண்டும் என்பது எல்லாக் காலங்களிலும் விவாதத்துக்கு உரிய விஷயமாகத்தான் இருந்து வந்திருக்கிறது. இதில் விவாதம் எதுவும் தேவையில்லை என்று படுகிறது.

பிரக்ஞை அமைப்புகள் பல பரிமாணங்கள்கொண்டவை. ஒரே நேரத்தில் பல பரிமாணங்களிலும் பல தளங்களிலும் இயங்கக் கூடியது நம் பிரக்ஞை. கவிதை கவிஞனின் பிரக்ஞையில் எந்தப் பரிமாணத்திலிருந்தும் எந்தத் தளத்திலிருந்தும் தோன்ற முடியும். கவிதையின் தரத்தை, செம்மையை, சிறப்பை, அது எழும் தளத்தை வைத்துக்கொண்டு முடிவு செய்ய முடியாது.

கலைவெளிப்பாட்டின் பயன் ஏன் குறிப்பிட்ட ஒரு விஷயமாகத்தான் இருக்க வேண்டும்? சமூக அக்கறை, அகவயமான தேடல், மனம் கடந்த வெளியில் மேற்கொள்ளும் பயணம், என்று எதுவாக வேண்டுமானாலும் கவிதையின், கலையின் நோக்கமாக ஏன் இருக்கக் கூடாது?

கவிதையின் நோக்கம் இன்னதென்ற முடிவு சார்ந்துதானா கவிதையின் தரம் நிர்ணயிக்கப்பட வேண்டும்? இந்த இரண்டுக்கும் இடையில் நேரடியான தொடர்பு இருக்கிறதா? கவிதையின் நோக்கம் கவிஞனின் தனித்துவம் சார்ந்ததென்று படுகிறது. மாறாக, கவிதையின்

தரம், தனி ஒரு கவிஞனை மீறிய, மனிதப் பிரக்ஞை சார்ந்த, அதன் அமைப்பு சார்ந்த, அடிப்படையான சில இயக்கங்கள் சார்ந்தது என்று தோன்றுகிறது.

சமூகம் சார்ந்த அக்கறையை முன்னிறுத்தும் கவிதைகள் மட்டுமே கவிதை என்று ஒரு சாரார் நினைக்கிறார்கள். அகம் சார்ந்த விஷயங்களை வெளிப்படுத்தும் கவிதைகள் வெறும் மாயாவாதம் என்றும் சொற்ஜாலம் என்றும் அவர்கள் நம்பு கிறார்கள்.

மறுபுறம் இதற்கு நேர் எதிர்மாறாக, அகவெளி சார்ந்த கவிதைகள் மட்டுமே ஆழமானவை என்றும் புறவாழ்க்கை சார்ந்த, சமூக, வாழ்வியல் தொடர்பான விஷயங்களை வெளிப் படுத்தும் கவிதைகள் ஆழமில்லாதவை என்ற கருத்தும் நிலவு கிறது.

இது வெறும் முதிர்ச்சியின்மை, அல்லது அறியாமையின் வெளிப்பாடு என்றுதான் சொல்லத் தோன்றுகிறது. இந்த இரண்டு வாதங்களும் மனிதப் பிரக்ஞையின் முழுமை பற்றியும் கவிதை, கலை வெளிப்பாடு பற்றியும் எந்த விதமான, அடிப்படை யான புரிதலும் இல்லாத மனங்களின் எதிர்வினையாகவே படுகிறது.

அகம் – புறம் என்ற பாகுபாடு மனத்தின் புரிந்துகொள்ளல் தொடர்பான வசதிகள் சார்ந்தது. இரண்டும் தனித்தனியானவை அல்ல. ஒன்றிலிருந்து மற்றது ஒவ்வொரு கணமும் இடை விடாமல் பிறந்துகொண்டே இருக்கிறது.

அனுபவத்தின் முறைபாட்டில் பார்வை, பொருளுக்கும் மொழிக்கும் முந்தைய கட்டம். பார்வையின் முழுமையில் 'நான்' என்னும் மையம் இயங்குவதில்லை. பார்வையை மனம் சுவீகரித்து, அதன் வெளிச்சத்தில் மனத்தின் அடிப்படை அமைப்பான கால – வெளிச் சட்டகங்கள் உயிர்கொண்டு உலகமென எழும்போது, அனுபவ வெளியின் மையமாக 'நான்' என்ற அந்த மையம் தோன்றுகிறது. அதற்குப் பின் பார்வை அந்த மையத்தின் வழியே இயங்கத் தொடங்குகிறது. பார்வை, அனுபவமென உருக்கொள்கிறது.

கவிதையின் அடிப்படை மொழிக்கு முந்தைய பார்வை. பொருளுக்கு முன்னால், மொழிக்கு முன்னால், பெயர்களுக்கு முன்னால், மையம் ஏதுமற்று இயங்கும் பார்வையின் வெளி, பொருள், உருவம், என உருக்கொண்டு அனுபவம் என்னும் தளத்தை அடைகிறது. அந்தத் தளத்தை அடையும்போதுதான் மனத்திற்கு அந்த முறைபாட்டில் தொடர்பு ஏற்படுகிறது.

அனுபவத்தை அடைந்த மனம், அந்த அனுபவத்தின் மூலமான, அதன் சாரமான பார்வையை, மொழிக்கு முந்தைய நிலையை, மொழிக்குள் பற்றிவிட முயல்கிறது. ஒருகணம் அப்படிப் பற்றிவிட நேரும்போது மொழிக்கு முந்தையதான அதை மொழிக்குள் அடைத்துவிடும் செயல்பாடு தொடங்கு கிறது.

இந்தச் செயல்பாட்டில் கவிதையின் உருவாக்கம், தனி மனத்தின் சாரம் என இயக்கம்கொள்கிறது. அதாவது அந்தக் கவிஞன் ஒரு தனிமனிதன் எனத் தன் வாழ்வில் அடைந்துள்ள அனுபவங்கள், அவன் பிரக்ஞை உருவான கலாச்சாரம், அவன் பயன்படுத்தும் மொழியின் விரிவு, எல்லைகள், இவையனைத்தும் கவிதையின் உருவத்தை, அமைப்பை நிர்ணயிக்கின்றன. கவிஞன் என்னும் அந்தத் தனி உயிர் தன்னுள் அடைந்துள்ள ஆழம், நுட்பம், தெளிவு, அனைத்தும் அவனிடமிருந்து வெளிப்படும் கவிதையில் இனம் காண முடியும்படியாகப் பிரதிபலிக்கிறது.

○

கவிதையை எதிர்கொள்வது வாழ்வில் முக்கியமானதொரு அனுபவத்தை எதிர்கொள்வதற்கு ஒப்பானதாகும். கவிதையை வாசிக்கும்போது சொற்களைத் தாண்டி, காலம் காட்டி நிற்கும் படிமங்களைக் கடந்து, ஆழ்ந்த அக அனுபவமாக விரியக்கூடியது கவிதை. கவிஞனின் உள்ளத்தில் பல கட்டங் களைக் கடந்து உருக்கொள்ளும் கவிதையை, வாசகன் தன் உள்ளத்தில், அந்த முறைபாட்டின் கட்டங்களை மறுபடி பின்னோக்கிச் சென்றுணர்ந்து, கவிதை கருக்கொண்ட கணத்தை, கவிஞனும் வாழ்வும் மொழிக்கு முன்னால் சேர்ந்து கூடிய கணத்தை, அறிந்துணர முடியும். ஆனால் கவிஞனுக்கு நேர்ந்தது போல் வாசகனும் தனக்குள் பொதுமனச் சட்டகங்களிருந்து விடுபட வேண்டும். இல்லையெனில் அந்தச் சந்திப்பு கைகூடா மல் போய்விட நேரும்.

ஒரு அறையில் பல வீணைகள் ஒரே தொனியளவில் சுருதி சேர்க்கப்பட்டிருக்கும்போது, ஒரு வீணையில் ஒரு தந்தியை மட்டும் மீட்டினால், அனைத்து வீணைகளிலும் அதே ஸ்வரஸ் தானம் அதிரும் ஒத்ததிர்வு *(sympathetic resonance)*க்கு ஒப்பானது கவிதைக்கும் வாசக மனத்துக்கும் இடையிலான உறவு.

வாசகன் கவிதையைப் 'புரிந்து'கொள்ள வேண்டியதில்லை. கவிதை எழுந்து விரியும் லயத்திற்கு, அது தனக்குள் எழுப்பக் கூடிய அதிர்வுகளை உள்வாங்கிக் கொள்ளும்படியாகத் தன் மனத்தைச் சுருதி சேர்த்து வைத்துக்கொள்ள வாசக மனம் தன்னைத் தயார்ப்படுத்திக்கொள்ள வேண்டும். உண்மையில்

சங்கீதம் கேட்கும்போது இதுதான் நிகழ்கிறது. சங்கீதத்தை யாரும் 'புரிந்து'கொள்வதில்லை. உள்வாங்கிக் கொள்கிறார்கள். கவிதை வாசிப்பில் மட்டும் ஏனிந்தப் பாரபட்சம்? இப்படிக் கவிதையை உள்வாங்கிக்கொள்ள முடிந்தால்தான் கவிதை யல்லாததையும் ஆழமற்று வெளிப்பட்டிருக்கும் கவிதைகளை யும் இனம் காண முடியும்.

கவிதை உருவாகும் முறைபாடு என்ன? மனத்தில் மொழி அசைவதற்கு முன்னால் விரிகிறது பார்வை. அந்தப் பார்வை யில் விரியும் தரிசனம் முதல் கட்டம். அந்தத் தரிசனத்தை மனம் உள்வாங்கிக்கொண்டு, பொருள் சேர்த்து, அனுபவமென விரிவது இரண்டாவது கட்டம் என்று கொள்ளலாம். பின் மொழியும் பொருளும் சேர்ந்து, கவிஞனின் காலத்தைப் பிரதிபலிக்கும் உள்ளமைப்பில் உருக்கொண்டு உடலேற்றுப் பிறவி கொள்கிறது கவிதை. இது கடைசிக் கட்டம். இந்த முறைபாடு எல்லா விதமான கவிதைகளுக்கும் அடிப்படை யானது.

○

'உடலோடும் உயிர்' என்னும் க.வை. பழனிசாமியின் இந்தக் கவிதைத் தொகுப்பில் பல சிறு கவிதைகளும் மரணம் பற்றிய ஒரு நீண்ட கவிதையும் சேர்க்கப்பட்டிருக்கின்றன. அவரது தரிசனம் என்னவாக இருக்கிறது, அவரது கவிதை உலகம் எந்தத் தன்மையினதாக இருக்கிறது என்று இந்தக் கவிதைகள் காட்டுகின்றன.

மொழிக்கு முந்தைய ஆழத்தை, அந்தப் பரிமாணத்தை, கவிஞனின் பார்வை தீண்டியிருக்கிறதா என்பது முக்கியமான விஷயம். இந்தக் கவிஞனின் பார்வை அந்த ஆழத்தைத் தீண்டி யிருக்கிறது என்பதை இந்தக் கவிதைகள் தெளிவாகக் காட்டு கின்றன. மொழிக்கு முந்தையதான விரிவை மொழியின் சட்டகங்களுக்குள் கொண்டுவந்துவிடும் அசாத்தியத்தைச் சாதித்துவிட விழைவதுதான் கவிஞனின் துணிகர முயற்சி. அந்த விழைவு தரும் அவஸ்தைதான் கவிமனத்தின் ஊற்றுக்கண். அந்த அவஸ்தை இந்தக் கவிதைகளில் வெளிப்படையாகத் தெரிகின்றன. அந்த அவஸ்தையின் சிக்கலை, மொழியின் போதாமையை எதிர்கொள்ளும் மோதலை, கவிமனம் கடக்கும் உபாயம்தான் கவிதையின் அழகு.

குதிரைச் சவாரி செய்யும் ஒருவனிடம்,
உன்னைச் சுமக்கும் குதிரை
என் குதிரை
என்று ஒருவன் சொல்ல,

இந்த மொழி புரியாது
விழித்தது குதிரை

பயணம் செய்பவனும் குதிரையின் உரிமையாளனும் பேசிக்கொள்ளும் மொழி, பயணத்தின் வாகனமான குதிரைக்குத் தெரியாமல் இருப்பது என்ன விந்தை?

அவஸ்தையும் ஆச்சரியமும் சேர்ந்து சொற்களுக்குள் ஊடாடும் விகசிப்புத்தான் கவிதையின் உள்ளொளி.

மனிதக் கண்படாத
காட்டில்
செடிகள் மலர்த்தும்
பூக்களின்
அழகும் வாசமும்
ஏதோ சொல்கிறது

யாரும் பார்க்காத கணங்களில்
வண்ணத்துப் பூச்சிகள்
பூக்களில் அமர்ந்து
சுதந்திரமாய்ப் பறக்கின்றன.

பூமி மூழ்குமோ என
நினைக்கத் தோன்றும்
தீ வெள்ளம் பெரும் காட்டில்
யார் சொல்லி
பிறவி கொண்டது
மழை ?

பொருள் தொடர்புகள் அனுபவ வலைகளைப் பின்னு கின்றன. தனித்தனியான நிகழ்வுகளாகத் தெரிபவை மனம் பின்னும் வலையில் ஒன்று சேர்கின்றன.

முட்டையின் ஓடு திறக்க
வெளிவரும் குஞ்சுகள்
மூச்சிழுக்கவெனக் காத்திருக்கிறது காற்று

சிறுத்தையை மீண்டு
ஓடிவந்த புள்ளிமான்
நீரருந்த என
நீள்தூரம் நடந்து வருகிறது ஆறு

நீந்துவது மீனின் செயலெனக் கொண்டிருக்கிறோம்.
நீரற்று குளம்
நீந்த முடியாது மீன்

மழை . . .
நிரம்பி வழிகிறது குளம்
நீர்வெளியெங்கும்

பாய்கிறது மீன்
நீந்துவது
நீரா ... மீனா?

நீந்துதல் நீருக்கும் மீனுக்கும் இடையில் நிகழும் உறவின் ஓட்டம் அல்லவா? இரண்டில் ஒன்று இல்லால் போனாலும் எங்கே அந்த உறவு?

பின்னாலிருந்து பைசாசம் (*daemon*) விரட்டித் துரத்தும் வலியும் அவஸ்தையும் கலைமனத்தின் பொது அனுபவம். அதை விட்டுப் போய்விடவும் முடியாமல், அதனுடன் கூடவே இருந்து வாழும் வாழ்க்கையின் வலியைத் தாங்கிக் கொள்ளவும் முடியாமல் அலைப்புறுவதுதானே கலைமனத்தின் தாபம்?

கவிமனமும் கூட இருந்துவரும் பைசாசமும் கொள்ளும் உறவு இந்தக் கவிதையில் மிகவும் நுட்பமாகவும் வலுவாகவும் வெளிப்பட்டிருக்கிறது.

ஒவ்வொரு முறையும்
கதவு தட்டப்படும் பொழுது
நீயோ என
பயந்திருக்கிறேன்

உன்னை விலக்க விரும்பி
பல திசைகளில் ஓடியிருக்கிறேன்
பயணிக்காது நின்றபொழுதில்
நீ ஏதோ அருகில் இருப்பதாக
நினைத்து அஞ்சியிருக்கிறேன்

வெகுதூரத்தில்
அண்மையில்
அடுத்த நொடியில்
எப்பொழுது வேண்டுமானாலும்
என்னை நெருங்கலாம் நீ

இப்பொழுது
தெளிவாக உணர்கிறேன்
நான் வேண்டுமானால் நகரலாம்
நீ இடம் பெயர்வதே இல்லை
உடலின் உறுப்பென
என்னோடு நீயும் வளர்கிறாய்

பழகிக் கொண்டது மனம்
உன்னைத் தழுவவும்
உன்னோடு மூழ்கிக் கரையவும்
நீ எறியும் இடத்தில்
எறிந்தபடி கிடக்கவும்

○

மரணம் பற்றிய நீண்ட கவிதை இந்தத் தொகுதியின் சிறப்பான அங்கம். மரணம் என்னும் நிகழ்வு வெளியே உலகில் ஏற்படுத்தும் விளைவுகளின் தன்மை, மரணத்துக்குப் பின் பிரக்ஞையின் அனுபவ நிலைகள், அதன் பல்வேறு சாயல்கள், கோணங்கள், என்று பெரியதொரு விரிவான சித்திரமாக விரிகிறது கவிதை.

மரணத்துக்குப் பின் சுயப்பிரக்ஞை இருக்கிறதா இல்லையா என்பது தத்துவம், மெய்யுளியல் சார்ந்த விஷயம். இந்தக் கேள்விக்கான விடையைக் கண்டுபிடித்து நிரூபணங்கள் கொடுத்தாக வேண்டிய கட்டாயத்தில் கவிதை இல்லை. கவிதை எதை வேண்டுமானாலும் எப்படி வேண்டுமானாலும் எடுத்துக் கொள்ளலாம். சரி – தவறு, உண்மை – பொய் என்ற கட்டுப்பாடுகள் கவிதைக்கு இல்லை. கவிதை தன் தேவைக்கேற்ப எதை எப்படி வேண்டுமானாலும் புனைந்துகொள்ளலாம். அந்தச் சுதந்திரத்தைக் கவிதை எப்போதும் தன்னிடம் வைத்துக் கொண்டிருக்கிறது. கவிதை விளக்க விழைவதில்லை. தன் உண்மையை அது பறைசாற்றுகிறது. நிரூபணங்கள் கேட்கும் தர்க்கங்களின் கட்டுப்பாடுகளுக்கு வெளியில் சுதந்திரமாகத் திரிகிறது கவிதை.

பொதுவாக க. வை. பழனிசாமியின் கவிதை – குறிப்பாக மரணம் பற்றிய நீண்ட கவிதை – இந்தச் சுதந்திரத்தை வெளிப் படையாக மேற்கொள்கிறது. அதில் குதூகலிக்கிறது. அந்தக் குதூகலம் இவரது பல வரிகளிலும் படிமங்களிலும் தெரிகிறது.

மரணத்தின் முறைபாடு, மரணத்துக்குப் பின் இயங்கும் பிரக்ஞை, அந்தப் பெருநிகழ்வுக்குப் பின் மதிப்பீடுகளின் நிலை, கட்டுப்பாடுகள் கழன்ற புலன் விரிவு, காலத்தை வரைந்து காட்டும் மனக்கோடுகள், மரணம் துரத்தும் அகநிலை, மரணத்தின் உருவம், உருவத்தின் மரணம், மரணம் எழுப்பும் முரண்கள், அது புலப்படுத்தும் அழகின் விசாலம், காலத்தைக் கடப்பது வழியாக மரணத்தை வெல்வது, என மரணத்தின் பல்வேறு முகங்களைப் படிகமெனத் திருப்பித் திருப்பிக் காட்டுகிறது இந்த நீள்கவிதை.

> நீண்டநாள் பாதுகாத்த
> சந்தனக் கட்டை
> தீச்சட்டியில்
>
> ○
>
> எண்ணம்தான்
> உடலெனும்
> புறம் தீண்ட முடியாத
> அக உலகவாசியாக உணர்கிறேன்
>
> ○

உடல் மனம் தாண்டி
உயிரை ஓடவிடும்
உபாயம் தேடினேன்

○

மனிதன் கடந்து
எங்கும் உயிர் ருசிக்கலாம்

○

பிறந்த மேனியின்
ஈரமாக
பிரக்ஞையில் நனைந்திருக்கிறது
மரணம்

○

இன்றைய மனிதத்தின் வரையறைகளை விட்டு விலகிப் போகும் விழைவு இவரது கவிதைகளின் உள்சரடாக இழைந்து வருகிறது. மரணத்தின் மூலத்தை நுட்பமாக சோதனை செய்து பார்க்கிறது இவருடைய கவிதைப் பார்வை. மரணம் வன்முறையா என்ற கேள்வியை எழுப்பி விடை காண விழைகிறது இந்த மனம். நான் நானாக இருக்க விழையும் தாபத்தை, உள்ளாழங்களிலிருந்து வாழ்வின்மீது எழுந்து பாயும் காதலைப் பாடுகிறது இந்தக் கவிதைகள்.

காலத்துடன் தனிமனிதப் பிரக்ஞை ஆடும் ஆட்டத்தில் காலம் இறந்து போகக்கூடிய சாத்தியத்தை இந்தக் கவிதை முன்வைக்கிறது. ஆட்டத்தின் நுண்கணங்களில் காலத்திடமிருந்து மரணத்தைத் தட்டிச் சென்றுவிடும் லாகவத்தை அடைந்துவிட விழைகிறது இந்த மனம்.

மறைபொருள்
நடுவராக நிற்க
ஆட்டப்பந்து வினையாடியது

காலகதியிலிருந்து மரணகணத்தைத் தட்டிச் சென்றுவிட்ட வெற்றிக்களிப்பில்

இனி
என் மரண கணம்
கால நீட்சியில் இல்லை என்று பறைசாற்றுகிறது.

காலச் சங்கிலித் தொடரில் ஒரு இணைப்பான மரண கணத்தைக் காலத்திடமிருந்து தட்டிச் சென்று விட்டபடியால் நாளை வராமல் போகிறது.

பிறப்பில்லா வெறுமை தீண்டி
நாளைய மனிதன்
... ...
பிற உயிர்களின் பூமி பறித்த
மனிதன்
நாளையும்
இல்லையெனும் உயிர்வெளி

இப்பொழுது
பூமி முழுவதும்
ஒரு மனிதனாய்
யாருமற்று

○

இப்போது கவிதையின் ஸ்தூல உருவாக்கம் பற்றிச் சில விஷயங்கள். சில ஆண்டுகளுக்கு முன்னால் தமிழ்க் கவிதையில் வழங்கி வந்த மொழி நடையிலிருந்து தன் மொழியை நிர்த்தாட்சண்யமாகப் பிரித்து எடுத்த சுவடுகள் சில இடங்களில் காணக் கிடைக்கின்றன. மொழியின் எல்லைகள் வகுக்கும் வரையறைகளைத் தன் கவிதை வீச்சின் மூலமாகப் பல இடங்களில் தாண்டி வந்திருந்தாலும் சில இடங்களில் சொல்லை ஏமாற்றி அந்த இலக்கை அடையும் முயற்சியாக, 'அஉடல்,' 'அஇடம்,' போன்ற சொல்லாட்சிகள் இயல்பான வாசிப்பில் சிறு மனத் தடங்கல்களை ஏற்படுத்துகின்றன.

இந்த விஷயங்கள் க.வை. பழனிசாமியின் கவிதை வீச்சை எந்த விதத்திலும் குறைத்து விடவில்லை என்பதை இங்கு சொல்லியாக வேண்டும். வாசக மனத்தில் பெரும் கேள்விகளையும் பேராச்சரியங்களையும் விளைவிக்கும் கவிதைப் பார்வை இந்த நூல் முழுவதும் காணக்கிடைக்கிறது.

*

14

கவிதை பற்றி...
சில கேள்வி பதில்கள்

கவிதை உருவாக்கத்தில் மனத்தின் அனுபவம், பங்கு, செயல்பாடு பற்றி . . .

எப்போதோ படித்த, பெயர் மறந்துபோன ஒரு புத்தகத்தில் அதன் ஆசிரியர் கவிதை பற்றிக் கூறியது இப்போது நினைவில் வருகிறது: 'உண்மை தன் மூலத்திலிருந்து நேரடி அனுபவத்திற்குப் பாய்ந்து வருகிறது. நேரடியான, பௌதிக அனுபவத்திற்கு வந்து சேர்ந்த பிறகுதான் அது எல்லோருக்கும் காணக்கிடைக்கிறது. ஆனால் ஒரு கவிஞன் அதை நோக்கிச் சென்று வழியிலேயே அதை எதிர்கொண்டுவிடுகிறான். அதனால் பௌதிக அனுபவத்தளத்திற்கு வருமுன்னரே அவனுக்கு அந்த உண்மையின் வேறு தள அனுபவம் கிட்டிவிடுகிறது. அதன் காரணமாகவே கவிஞன் ஒரு தீர்க்க தரிசியாகவும் இருக்கிறான்.'

கவிதையின் தொடக்கப் புள்ளியாகப் புறவுலகிலோ அல்லது அகவுலகிலோ ஏதோ ஒரு அனுபவம் அமையலாம். அறிவார்த்த ரீதியாகக் கண்டுகொள்ள முடியாத காரணங்களினால் சாதாரணமானதாகக்கொள்ளப்படும் ஒரு அனுபவம் கூட மனத்தில் வேறு மாதிரியாகத் தைக்கக்கூடும். ஒரு புதிய கோணம் புலப்பட, மனம் புதிய பொருள் தொடர்புகளைக் கைக்கொள்ளத் தொடங்கும். ஒரு கவிஞர் பேச்சுவாக்கில் சொன்னதுபோல் வெறும் மோடாவின் குறுக்குச் குச்சிகள் ஒரு சைன்யத்தை நினைவுபடுத்தக்கூடும்.

கவிதை உருவாகும் முறைபாடு மனத்திற்கு மிகவும் வித்தியாசமானதொரு அனுபவத்தைக் கொடுக்கிறது. கவிதை உருவாகும் கணங்களில் மன அனுபவ மையம்

அன்றாட வாழ்வின் இயக்க மையத்திலிருந்து விடுபட்டு உள் வியாபகமுறுகிறது. புத்தம் புதியதான ஓர் உணர்வு இயக்கம் மனத்தில் ஒரு புதிய மையமாய்க் கருக்கொள்கிறது சில நேரங்களில் உடலில்கூட வித்தியாசமான ஒரு உணர்வு ஏற்படக் கூடும்.

மனத்தின் அடிப்படையான பிம்பங்கள் தம் அன்றாட வாழ்வின் அமைப்பிலிருந்து தற்காலிகமாக விடுபட்டுக் கவிதையின் மூல அனுபவம் தந்த பாதிப்பின் அடிப்படையில் புதியதொரு அமைப்பை மேற்கொள்கின்றன. சொற்கள் புறவாழ்க்கை சார்ந்த பொருளிலிருந்து விடுபட்டுப் புதிய பொருளை ஏற்கக் கூடிய நிலையில் இருக்கின்றன. மொழியமைப்பும் புறவாழ்வின் பாதையை விடுத்து கவிதையின் உருவாக்கத்திற்கு துணைபோக ஆயத்தமாக நிற்கிறது. மனம் ஒரு அசாதாரணமான லாகவத்தை அடைந்து புதிய பரிமாண வீச்சுகளுக்குத் தயாராகிறது. புதியதொரு சுதந்திரத்தை அனுபவிக்கிறது.

கவிதை வரிகளும் சொற்களும் சொற்களும் படிமங்களும் அடிப்படையான ஒரு அமைப்பை மேற்கொள்கின்றன. சப்தம் தன் அகப்பரிமாணத்தில் கவிதையனுபவத்தின் சாரத்திற்கேற்ப இழைந்து வருகிறது. காகிதத்தில் எழுதப்பட்ட பின்பு ஓரிரு சொற்களோ வரியமைப்புகளோ மாற்றத்திற்குள்ளான போதிலும் மொத்தத்தில் கவிதையின் அமைப்பு மூல அனுபவத்தின் உள்ஒழுங்கின் அடிப்படையிலேயே அமைகிறது.

இவ்விதமான முறைபாட்டினால் மனத்தில் விளைந்த புதியஅனுபவங்கள் புதிய தரிசன மையங்களாக மனத்தில் நிலைகொள்கின்றன. புதிய பார்வைக் கோணங்கள் வாழ்வனுபவத்திற்குப் புதுமை சேர்க்கின்றன. பிரக்ஞையின் அமைப்பில் புதிய தொடர்புகள் ஏற்படுகின்றன. கவிஞனின் மனத்தில் மட்டுமின்றி, தீர்க்கமான ஒரு வாசகனின் மனத்திலும் கவிதை இந்த எல்லா விளைவுகளையும் நிகழ்த்தக்கூடும்.

இக்காரணங்களினால் கவிதை அனுபவம் – எழுதுவதும் வாசிப்பதும் – பிரக்ஞையில் ஆழமான ஒரு உள் புரட்சிக்கு வித்தாக அமையக்கூடிய சாத்தியம் எப்போதும் இருக்கிறது. இதனால் கவிதை ஒரு தனி மனத்தின் செயல்பாடாக அன்றி மொத்த பிரக்ஞையின் உள் இயக்கமாக அர்த்தம் கொள்கிறது.

ஒரு கவிதைக்கும் அதன் காலத்துக்கும் உள்ள தொடர்பின் அடிப்படைகள் பற்றி . . .

ஒரு கவிதையின் எழுத்துருவம் அது பிறந்த காலச் சூழலின் சொல்லாட்சியையும் மொழியமைப்பையும் அக்காலத்திய

பிம்பங்களையும் எடுத்தாள்கிறது. கவிஞன் எடுத்தாளும் பிம்பங் கள் பொதுவான, அங்கீகரிக்கப்பட்ட பொருளிலோ அல்லது அவனுடைய அக வாழ்க்கை சார்ந்த ஒரு பிரத்யேகப் பொரு ளிலோ இயங்கக்கூடும். கவிதை அமைப்பிலும் ஒலி நயத்திலும் அதன் காலத்தின் தாக்கம் கவனிக்கக் கூடியதாகவே இருக்கும். இத்தளங்களில் ஏதேனும் அடிப்படையான மாற்றங்கள் நேர்ந் தால் அதன் பின்னணியாக ஒரு கால மாற்றம் நிகழ்ந்து கொண்டிருக்கிறது என்றுகொள்ளலாம்.

காலத்தின் ஓட்டத்தில் மனித பிரக்ஞையின் பிம்பங்களும் கருத்துருவங்களும் புதுப்புது அமைப்புகளை மேற்கொள்கின்றன. சொல்லப்போனால் இந்த அமைப்பு மாற்றங்களே கால மாற்றத்தின் அளவைகளாகக் கொள்ளப்படுகின்றன. கவிதையில் சொல்லாட்சி, மொழி ஆளுமை, ஒலி நயம் இவை இயங்கும் பௌதிகத் தளத்தில் அதன் காலத்தின் பாதிப்பு இருந்தாலும் ஒரு கவிதையின் உள்ளுயிர் – அது கவிதையின் பௌதிக தளத்தை மீறி இயக்கம் கொள்வதால் – அதன் காலத்தின் கட்டுப்பாடுகளை மீறி எக்காலத்திலும் மனித அனுபவத்தின் நித்தியமான பின்னணியாக இயங்கும் தளத்திலேயே மையம் கொண்டிருக்கும். ஆழ்ந்த அனுபவ வேர்களற்று வெறும் மேலோட்டமான எதிர்வினைகளாக விளையும் கவிதைகள் தம் காலக்கட்டத்தைத் தாண்டி நிலைக்க முடியாமல் போவதும் அனுபவத்தின் ஆழ்ந்த தாக்கத்தினால் பிறக்கும் கவிதைகள் தம் காலத்தைத் தாண்டி எக்காலத்துக்கும் பொருந்தும் எக்கால அனுபவத்தையும் பிரதிபலிக்கும் ஒரு பின்னணியாக நிலைப் பதும் இக்காரணங்களினால்தான்.

பார்வைக்கும் கவிதைக்கும் உள்ள தொடர்பு பற்றி . . .

பார்வை வெளிச்சம் தருகிறது. பிரக்ஞை அனுபவத்தின் கோடுகளை வரைகிறது. மனம் அக்கோடுகளுக்கேற்ப அனுபவக் கூறுகளை அமைக்கிறது. மனிதன் ஒரு அனுபவத்தை அடை கிறான். இதுவே கவிதையின் தொடக்கப்புள்ளி அல்லது மையம்.

வாழ்வனுபவத்தின் எந்த ஒரு பொருளுக்கும் ஸ்தூலம், சூட்சுமம் என்ற இரு பரிமாணங்கள் இருப்பதுபோல, கவிதை யின் ஸ்தூல – சூட்சும பரிமாணங்களை பார்வையும் மனமும் இரு எல்லைகளில் நின்று நிர்ணயிக்கின்றன.

கவிதை ஒரு பல பரிமாண அனுபவம். தினசரி வாழ்வில் மனிதன் வாழ்வின் ஸ்தூல பரிமாணத்தை மட்டுமே அறிகிறான். தான் தினமும் வாழும் வாழ்வின் மற்ற பரிமாணங்களுடன் பரிச்சயம்கொள்ள கவிதை அவனுக்குப் பற்றுக்கோடுகளைத்

தருகிறது. நுண்ணுணர்வு பொருந்திய ஒரு மனிதன் அவற்றைப் பற்றிக்கொண்டு, ஸ்தூல பரிமாணத்தில் மையம்கொண்டுள்ள தன் பிரக்ஞையிலிருந்து விடுபட்டு, சூட்சும பரிமாணங்களில் மையம்கொள்கிறான். இப்புதிய மையம் அவனுடைய வாழ்வனுபவத்தின் தன்மையை அடியோடு புரட்டி, அவன் பார்வையின் திசையினை மாற்றுகிறது. கவிதையின் சூட்சுமம் கவிஞனிலும் வாசகனிலும் விளைவிக்கக்கூடிய உச்சக்கட்டப் பயன் இதுவாகவே இருக்கமுடியும்.

கவிதை ஓர் ஆகாய விமானத்தைப்போல பூமியின் ஒரு பகுதியிலிருந்து இன்னொரு பகுதிக்கு இட்டுச் செல்லும் ஒரு வாகனமல்ல. அதுபோலவும் கவிதையை சிலர் பயன்படுத்தக் கூடும். ஆனாலும் அதன் அடிப்படைத் தன்மையில் அது பூமியிலிருந்து அதன் ஆகர்ஷண சக்திக்கு அப்பால் பெருவெளிக்குக் கவிஞனை (வாசகனை) ஏற்றிச் செல்லும் ராக்கெட் பொருந்திய விண்வெளிக்கலம் போன்றது. அங்கிருந்து, பார்வையின் வெளிச்சத்தில் பூமியே ஒரு தனிப்பொருளாக நின்று சுழல்வதைக் காணமுடிகிறது, தினசரி வாழ்வின் பின்னணியான பூமியே பெருவெளியின் பின்னணியில் புது அர்த்தம்கொண்டு புதிய தரிசனமாகிறது. அவனுக்குத் தெரிந்து, பழக்கப்பட்ட பூமி அல்ல அது. பார்வையின் கோணமே மாறியதில் பிரக்ஞையின் அடிப்படையே மாறிப்போகிறது. புதிய கோணத்தில் அவனுடைய பழைய தினசரி வாழ்வே புதிய அர்த்தங்களை மேற்கொள்கிறது. பழையதொன்றை முற்றிலும் விடுத்து புதிய தொன்றை மேற்கொள்ளவில்லை அவன். பழையதும் தன் பழமையை விடுத்துப் புதியதின் அங்கமாக அவன் பிரக்ஞையில் பங்குகொள்கிறது. பிரபஞ்சம் பற்றிய, வாழ்வு பற்றிய பழைய கருத்துருவங்கள் புதிய மையப் பார்வையில் பொருளிழந்து போகின்றன. கவிதையையே அதன் பழைய பழகிப் போன கட்டுமானங்களிலிருந்து விடுவித்து, மனிதமனப் பரிணாமத்தில் இன்றைய தேவைகளுக்கு உகந்தவாறு புதியதொரு தளத்தில் நிலை நிறுத்துகிறான். அவனுடைய கவிதை புதிய காட்சி ரூபங்களை, புதிய படிமங்களை, புதிய சொல்லாட்சியை, புதிய ஓசை நயத்தை, புதிய அர்த்தச் செறிவுகளை, புதிய பொருள் தொடர்புகளை மேற்கொள்ளத் தொடங்குகிறது.

இந்தப் புரட்சி அவன் மனத்தை மட்டுமின்றி அதன்பாற்பட்ட அவன் மொழி ஆளுமையின் தன்மையையே அதன் அடிப்படையில் மாற்றம் கொள்ளச் செய்கிறது. அவன் குரல் எங்கிருந்தோ ஒலிப்பதான ஒரு தன்மையை அடைகிறது. பூமி வாழ்க்கையின் அமைப்பை அதன் அடிப்படை அவசியங்களை மட்டும் தக்க வைத்துக்கொண்டு, பிரபஞ்ச வாழ்க்கையின்

மையமாக நின்று எதிரொலிக்கிறது அவன் குரல். அதனால் சக மனிதனை விட்டு வெகுதூரம் எங்கும் போய்விடவில்லை அவன். சக மனிதனின் சூட்சும பரிமாணங்களில் உள் இழைந்து அவன் உறவு கொள்கிறான். அவனுடைய கவிதை சக மனித னுக்குத் தன் சூட்சும பரிமாணங்களைக் காண்பதற்கான நிலைவாசலாக நின்று அழைப்பு விடுக்கிறது. எங்கோ சில காதுகளில் அந்த அழைப்பு கேட்கிறது. அந்தக் குரல் தேடி அவர்கள் அந்த வாசலைத் தாண்டுகிறார்கள். கவிஞனின் உள் புரட்சி அவன் பார்வையை மாற்றியதைப் போல, அந்த நிலைவாசலைத் தாண்டிய அவர்களின் பார்வையும் திசை மாறுகிறது.

மேற்சொன்னவை இன்றைய கவிதைகளில் பரவலாகக் காணக்கிடைக்கின்றனவா என்தல்ல முக்கியம். இது கவிதை யின் சாத்தியம். பார்வைவழி, மனித வாழ்வில் அடிப்படையான ஒரு உள்புரட்சியை நிகழ்த்தக்கூடிய சாத்தியத்தை கவிதை முன்வைக்கிறது.

சமூகக் கவிதை, அகவுலகக் கவிதை பற்றி . . .

இது பற்றிய விசாரணைக்குச் சில அடிப்படைகளைப் புரிந்துகொண்டு அவற்றுடன் பரிச்சயம்கொள்வது அத்தியா வசியமானது. அனுபவம் என்பதைப் பற்றிய தெளிவு தேவைப் படுகிறது. சாதாரணமாகச் சமூகம் என்பது புறவுலக வாழ்க்கை யாகவும் எண்ணம், உணர்ச்சிகள், மனப்பிம்பங்கள், இவைகளின் இயக்கம் அகவுலக வாழ்க்கையாகவும் கொள்ளப்படுகிறது. உண்மையில் அனுபவம் என்பதே இந்த இரண்டுக்கும் அடித்தள மாகச் செயல்படுகிறது. அக வாழ்க்கையைப் போல் புற வாழ்க்கையும் அனுபவத்தின் மூலமாகவே அறியப்படுகிறது. புறவுலகமும் அதன் பொருள்களும் இருப்பதை நான் அறிவதே அவை இருப்பதான அனுபவத்தின் வழிதான். ‘எதிரே காற்றில் மெல்ல அசைந்துகொண்டு ஒரு தென்னை மரம்’ இருக்கிறது என்று சொல்லும்போது ‘எதிரே காற்றில் அசைந்துகொண்டு ஒரு தென்னை மரம்’ இருப்பதான அனுபவம் கிடைத்திருக் கிறது என்பதே உண்மை. புறவுலகின் பொருட்கள் மட்டுமின்றி சகமனிதர்களுடன் நாம்கொள்ளும் உறவின் அடிப்படையில் விளைந்த சமூகமும் அனுபவமாகவே நம்மை அடைகிறது. சமூகம் என்பது நம் அனுபவத்திலன்றி வேறெங்கு நிகழ்கிறது? பொதுவாக இவையிரண்டும் எதிர்மறையானவையாகக் கொள்ளப்படுகின்றன. ஆனால் இரண்டும் ஒன்றையொன்று சார்ந்தே இருக்கின்றன. அகவுலகம் என்றுகொள்ளப்படுகிற எண்ணங்கள், உணர்ச்சிகள், கருத்துருவங்கள், வாழ்க்கை

பற்றிய கணிப்பு, மனோபாவம் விருப்பு வெறுப்புகள், அபிப் ராயங்கள் – இவைதான் புறவுலக அனுபவத்தின் தன்மையை, சாரத்தை, சுவையை நிர்ணயிக்கின்றன. தர்மபுத்திரனுக்கு உலகில் அனைவரும் நல்லவர்களாகவும் துரியோதனனுக்கு அனைவரும் மோசமானவர்களாகவும் தெரிந்த கதை பழங்கதை! தர்ம புத்திரன், துரியோதனன் என்ற இரண்டு புராண பிம்பங்கள் இருவேறு மனோபாவத்தின் குறியீடுகளே.

அனுபவம் என்பது வெளியிலிருந்து புலன்கள் வழியாக மனத்தை (அகத்தை) அடைகிறது என்பதுதான் பொதுவான கருத்து. ஆக, வெளியில் என்ன இருக்கிறதோ என்ன நிகழ்கிறதோ, அதுவே அனுபவத்தின் தோற்ற மையமாகக் கொள்ளப்படு கிறது. இந்தக் கருத்தை உண்மையெனக்கொண்டால் ஒரு மனிதனின் அனுபவத்தில் அவனுக்கு ஒரு சுதந்திரமும் இல்லை. புறவுலகம் அவன் வாழ்வைக் கட்டுகிறது. அதுவே அவன் வாழ்வின் எல்லைக் கோடுகளை நிர்ணயிக்கிறது. புறவாழ்வின் வெறும் பலிஆடு அவன். உள்வயமான சுதந்திரம் என்பது வெறும் புரட்டு. சுதந்திரமும் வெளியிலிருந்துதான் அளிக்கப்பட வேண்டும். அக்காரணத்தாலேயே எக்கணமும் அது மறுபடியும் பறிக்கப்படலாம். அப்புறம் அது என்ன சுதந்திரம்? எக்கணமும் நம்மிடமிருந்து பறிக்கப்படக்கூடிய ஒன்று இருக்கும்போதும் நம்முடையதல்லவே. என்ன ஒரு இருளார்ந்த கண்ணோட்டம்! நல்ல வேளையாக நிலைமை அவ்வாறாக இல்லை. உண்மையில் அனுபவத்தின் தோற்றுவாய்ப் புறவுலகமாக இல்லாமல் அகவுலக மாகக்கொள்ளப்படும் தளத்திலேயே மையம்கொண்டிருக் கிறது. அகவுலகத்தின் உள்ளடக்கமே புறவாழ்வின், அனுபவத் தின் தன்மையை நிர்ணயிக்கிறது. ஒருவனின் மனோபாவமே அவன் புலன் வழி காணும் உலகத்தின் உள்ளடக்கத்தை (பொருட்களை, மனிதர்களை) ஒழுங்கு செய்கிறது, அமைக்கிறது. இந்த அமைப்புக்குப் பிறகுதான் மனம் அனுபவம் என்று சொல்லப்படும் ஒரு நிலையை அடைகிறது. அதனால் அனுபவம் என்பது அகத்தின் விளைவே. புறவுலக அனுபவம் அகத்தால் ஆக்கப்படுகிறது.

புறவுலகம் என்னும் பெயரே குழப்பம் விளைவிக்கக் கூடியதுதான். எதற்குப் புறம்பானது அந்த உலகம்? உடலுக்குத் தானே! உடலையும் உள்ளடக்கிய பிரக்ஞைக்கு உள்ளேதானே புறஉலகமும் அனுபவம்கொள்கிறது! உண்மையில் புறம் என்று கொள்ளப்படுவதும் அகத்திலேயே அடங்கியதுதான். அதுபோலவே நாம் 'மனம்' என்று கூறுவதும் அந்த அகம்/ பிரக்ஞைக்குள் அடங்கியதே. பிரக்ஞை என்பதே மனிதனாகக் கொண்டால், புறவுலகம், சமூகம் என்பதெல்லாம் மனிதனுக் குள்ளேதான் இருக்கின்றன.

கவிதை முழுப்பிரக்ஞையிலிருந்து பிறப்பது. ஒரு கவிஞனுக்கு அறிவுபூர்வமாக, கருத்துத் தளத்தில், பிரக்ஞை போன்ற விஷயங்கள் பற்றி எந்த வெளிச்சமும் இல்லாமல் போகலாம். ஆனால் கவிதை எழும் கணத்தில் கவிஞனின் மனம் உணர்வுபூர்வமாக முழுமனிதப் பிரக்ஞையின் தாக்கத்துடன்தான் செயல்படுகிறது. இதன் காரணமாகவே கவிதை ஒரு உள்ளார்ந்த, முழு மனிதப் பிரக்ஞையின் இயக்கமாக இருக்கிறது. ஆழமும் வீச்சும் வெளிப்படும் பல கவிதைகளில் கையாளப்பட்டிருக்கும் படிமங்கள் கால தேச கலாச்சார எல்லைகளைத் தாண்டி உருவமும் பொருளும் கொள்வதும் இதனாலேயே. உணர்ச்சிகள், கருத்துருவங்கள், ஆழ்மன பிம்பங்கள் இவை போன்ற முற்றிலும் மனம் சார்ந்த விஷயங்களைப் பற்றிய கவிதைகள் அகவுலகக் கவிதைகளெனவும் புறவாழ்க்கை சார்ந்த விஷயங்களைப் பிரதிபலிக்கும் கவிதைகள் சமூகக் கவிதைகளாகவும் கொள்ளப்படுவது ஒரு நடைமுறை வசதிக்காகவே. கவிதையின் சுயத்தன்மையில் இம்மாதிரியான பாகுபாடுகளுக்கு எந்த ஒரு இடமும் கிடையாது. பூமத்திய ரேகை என்ற கற்பனையான ஒரு கோடு பூமியை இரண்டாகப் பிரிப்பது போல்தான் அகவுலகக் கவிதை, சமூகக் கவிதை என்னும் பிரிவு. இந்தப் பிரிவு கவிதையின் தன்மையிலேயே உள்ளதாகக்கொள்ளும் போது கவிதை என்பதே புரியாமற் போகும் அபாயம் நேருகிறது. சமூகப் பிரச்னை பற்றி எழுதினால்தான் கவிதை என்று ஒரு சாராரும் அகவுலகைப் பற்றி எழுதினால் மட்டுமே கவிதை என்று மற்றொரு சாராரும் சொல்லிக்கொண்டிருக்கும் நிலை இதன் விளைவே. கவிதை, சொல், பொருள், படிமம், ஓசை இவைகளைத் தாண்டி நின்று, ஆனால் இவை மூலமாக வெளிப்படுகிறதே தவிர இவற்றில் எதுவும் தன்னளவிலேயே கவிதையாக இருப்பதில்லை. கட்டற்ற வெளிக்கு சுவர்கள் உருவம் கொடுத்து வீடாக ஆக்குவதுபோல்தான் கவிதைக்கும் இந்த பௌதிகக் கூறுகள் ஓர் உருவம் கொடுக்கின்றன. உண்மையில் அந்த உருவம்கூட வீட்டுச் சுவர்களின் உருவம்தானே ஒழிய அந்த வெளியின் உருவம் இல்லை.

கவிதையென்பதைப் புரிந்துகொள்ளத் துவங்குவதற்கு முன்பாக மொழி, ஓசை போன்றவை (தம்மளவில்) கவிதையில்லை என்ற தெளிவு அவசியமாகிறது.

வாழ்க்கை அனுபவம், ஒவ்வொரு கணமும் முழுமையாக நிகழ்கிறதேயன்றி புறம் – அகம் என்று தனித்தனியாக நிகழ்வதில்லை. நடந்து முடிந்த வாழ்வின் மனப்பதிவுகளை நாம் நம் நடைமுறை வசதிகளுக்காக அவ்வாறு பிரித்துக்கொள்

கிறோமே அல்லாமல் நிகழ்கணத்தில் வாழ்க்கைப் பிரிவுகளற்று முழுமையாகத்தான் இயக்கம்கொள்கிறது. அது போலவே கவிதையும். இது பற்றித்தான் எழுத வேண்டும் என்ற கட்டுப் பாட்டைத் தானே ஏற்படுத்திக் கொண்டு எழுதப்படும் கவிதை கள் கவிதைகளாக வராமல் போவதற்குக் காரணம் இதுதான்.

✵

15

சந்தியாவின் முத்தம்
கவிதாவின் கவிதைகள்
பற்றிய குறிப்புகள்

காதல், வேதனை, உறவு, தனிமை, பிரிவு, பிரிவாற்றாமை, மௌனம், துயரம், நிராசை, ஸ்பரிசம், கனவுகள், கண்ணீர்த்துளிகள், வண்ணங்கள், இருள், ஒளி, இசை, இரவு, பகல், கடல், நிலவு, மழை, ரகசியங்கள், முத்தங்கள், சாவு, பறவை, பூனை, சொல், பேரன்பு, நித்யகல்யாணிப்பூ, இவையெல்லாம் கவிதாவின் கவிதையுலகில் உலவும், அதைக் கட்டமைக்கும் விஷயங்கள். கருத்துக்கள் மிகக் குறைவாகவும் உணர்ச்சிகளும் உள்ளுணர்வுகளும் பெருமளவுக்கும் தொடர்ந்து ஊடாடுவது இவரது கவிதைகளின் பலம்.

இயல்பாகவே பெண்மையின் பார்வைக் கோணமும் அவ்வாறான பார்வை சார்ந்த உணர்ச்சிகளும் உணர்வுகளும் பெருமளவுக்கு இருந்தாலும் இவரது கவிதைகள் பெண் கவிதை – ஆண்கவிதை என்ற பாகுபாட்டுக்கு அப்பாற்பட்ட தரிசனங்களைத்தான் கொண்டிருக்கின்றன.

சுகத்துக்கும் சோகத்துக்கும் இடையிலான இடைவெளியை காதலின் வேதனை போக்கிவிடும் அதிசயத்தைக் கொண்டாடுகின்றன இவரது கவிதைகள். மென்னுணர்வுகள் மனத்தில் புரியும் ஜாலத்தை எளிமையாகவும் நேரடியாகவும் அதே சமயம் அவற்றின் வீரியம் குன்றாமலும் சொல்லும் லாகவம் கவிதாவுக்குக் கை வந்திருக்கிறது. வேதனை மிகுந்த கணங்களில் எங்கிருந்தோ வந்து கசியும் அன்பு, அல்லது அவ்வாறான அன்பின் நினைவு, அந்த வேதனையை ஆற்றிவிடும் அற்புதம் 'சந்தியாவின் முத்தம்' கவிதையில் மண்விலக்கி வெளிவரும் துளிர்போல் வெளிப்பட்டிருக்கிறது.

‘ஆனால் சந்தியா தந்த முத்தம்
அவள் வாழ்க்கையின் மீது
மூழ்கவியலாத ஒரு கப்பலைப்போல
மிதந்துகொண்டேயிருக்கிறது’

என்னும் வரிகள் மிக முக்கியமானவை. அது மூழ்கிவிடும் கப்பலாக இருந்தால் என்ன ஆகியிருக்கும்? வேறொரு சமயம் வேதனையில் ஆழ்ந்துபோகும் தருணத்தில் அது கிடைக்காமல் மனத்தின் ஆழத்தில் மூழ்கிப் போயிருக்கும். ஆனால் அந்த ஒரு முத்தம் அவளுக்கு எந்நேரமும் கிடைத்துக்கொண்டிருக்கும் ஒரு ஆறுதலாக இருந்துகொண்டே இருக்கிறது. ‘மிதந்து கொண்டே இருக்கும் கப்பல்’ என்னும் பிம்பம் மறதி மறுத்த நினைவாக, மனத்தின் ஆழ்நிலைகளுக்குள் காணாமல் போய் விடாத ஒரு வாக்காக, எப்போதும் இருந்துகொண்டிருக்கும் ஆறுதலின் சின்னமாக, நிலைத்துவிட்டிருக்கிறது.

‘அபூர்வமான ஒரு தனிமையில்
உட்கார்ந்துகொண்டிருந்தோம்

என்று தொடங்கும் கவிதை,

‘நான் அவனுக்கு
சாவைப் பரிசளிக்க விரும்புகிறேன்
கத்தியின் மீது தலையணை
குவளைத் தேநீரில் ஒரு துளி விஷம்
மலைமுகட்டின் மீதொரு காதல் தருணம்
அல்லது
ஒரு
முத்தத்தின் மூலமாவது.’

என்று முடிகிறது.

சந்தியாவின் முத்தம் என்றென்றும் கிட்டும் ஒரு ஆறுத லாக இருந்துகொண்டிருக்கிறது; இந்த முத்தம் சாவுக்கு ஒரு சாதனமாக இருக்கிறது. இவரது கவிதைகளில் முத்தம் என்னும் பிம்பம் மிகுந்த லாகவத்துடன் பயன்படுத்தப்பட்டிருக்கிறது. முத்தம் ஒரு பறவையாக உருவகப்படுத்தப்பட்டிருக்கிறது இன் னொரு கவிதையில். முத்தம் என்பதன் பல பரிமாணங்கள், அதன் முழுப் பிரிகையும் இவரது கவிதைகளில் பரிசீலிக்கப் பட்டிருக்கின்றன.

கனவுகள்; கவிதாவின் கவிதைகளில் கனவுகள் இன் னொரு முக்கியமான பங்களிப்பைச் செய்கின்றன. பச்சைக் கனவுகள், வெள்ளைக் கனவுகள், கறுப்புக் கனவுகள், இளஞ் சிவப்புக் கனவுகள், பாதி உடைந்த கனவுகள், விபரீதக் கனவுகள்.

ஒரு பை நிறையக் கனவுகளை வைத்துக்கொண்டு
எதிர்ப்படும் எல்லோருக்கும்
பரிசளித்துக்கொண்டிருந்தாள் அவள்

என்று தொடங்கி,

அபூர்வமாய்த் தோன்றும் கறுப்புக் கனவொன்றை
தவறுதலாய் ஒரு குழந்தையிடம்
அவள் கொடுத்தபோதுதான்
அந்த விபரீதம் நிகழ்ந்தது

கனவுகள் நிறைந்த அவளது பை
களவு போனது
அவள் காணாமல் போனாள்
ஊர் இருண்டது.

என்று முடிகிறது.

குழந்தையிடம் கறுப்புக் கனவைத் தவறுதலாகக் கொடுத்தால் கனவுகளின் பை ஏன் களவு போக வேண்டும்? அவள் ஏன் காணாமல் போகவேண்டும்? அதுமட்டுமின்றி ஊர் ஏன் இருண்டு போகவேண்டும்? கறுப்புக் கனவு குழந்தையை என்ன செய்தது? கனவுகளின் பை இல்லாவிட்டால் அவள் இருக்க முடியாதா? கனவுகளின் வெளிப்பாடா அவள்? ஊரும் கனவுகளின் வெளித்தோற்றம்தானோ? அப்படியானால் ஊரும் அவளும் குழந்தைக்குள்தான் இருக்கின்றனவா?

கவிதாவின் கவிதைகளில் உறவும் அது தொடர்பான உசாவலும் அடிநாதமாகத் தொடர்ந்து இழைந்துகொண்டே வருகின்றன. உறவின் மறுபக்கம் இருப்பது யார் என்னும் கேள்வி எழுகிறது. குறிப்பிட்ட ஒரு நபரா, அல்லது நம் எல்லோருக்குள்ளும் இருக்கும் ஒரு 'நீ'யா? குறிப்பிட்ட ஒரு நபரென்றால் அந்த நபரின் குணாதிசயங்களுக்கேற்ப உறவின் வாசனையும் இயல்பும் மாற்றம் கொள்ளாதா? ஆனால் இந்தக் கவிதைகளில் எந்த ஒரு நானும் எந்த ஒரு நீயும் கொள்ளும் உறவின் அடிப்படை இலக்கணங்களும் உள்ளியக்கங்களும் ஆழமாகப் பரிசீலிக்கப்படுகின்றன. ஒவ்வொரு நானுக்கும் மற்ற ஒவ்வொருவரும் ஒரு நீதான். இங்கே பரிசீலிக்கப்படுவது காதல் என்ற பெயரில் பொதுவாக நடந்து வரும் விளையாட்டுகள் அல்ல. அனைத்து மனித உறவுகளும் காதல் என்னும் பின்னணியில் பரிசீலிக்கப்படுவதாகத் தோன்றுகிறது.

இவரது கவிதைகளில் உறவு எவ்வாறு வண்ணம் மாறுகிறது என்று பார்ப்போம். கூடவே இரவின் நிறமும் பகலின் நிறமும்.

‘நீ வரும் வரை
என் உறவுகளின் நிறம்
கறுப்பாய்த்தான் இருந்தது

எப்படி நிகழ்ந்ததென்று
தெரியவில்லை
தனிமையின் அரண்களை மீறிய
தேவதூதனையொத்த
உனது வருகை

எனது இரவுகளுக்கு
வெளிர்நீல நிறத்தைத் தந்தது
உனது வருகை

எனது இரவுகளுக்கு
நீ தந்தாய்
இரண்டு வெண்ணிறச் சிறகுகளை

நான்
பறக்க யத்தனித்தபோது
நீ விலகிச் சென்றாய்

ஒரு
பைத்தியக்காரனின் கனவைப்போல
எல்லாம் முடிந்தது

எனது முந்தைய இரவுகளைப்போலவே
இப்போது
என் பகல்களும்
கறுப்பாய்த்தானிருக்கின்றன

உனது வருகையைப் போல

கிளர்த்துபவையாய் இல்லாவிடினும்

பாதுகாப்பாய் இருக்கிறது

பழகிய இந்தத் தனிமை.

தனியொரு உயிரின் வாழ்வனுபவத்தில் ஏற்படும் நிகழ்வுகள், உயிரனுபவத்தின் ஆழங்களுக்கு இட்டுச் செல்லக் கூடிய சாத்தியத்தைத் தம்முள் கொண்டிருக்கின்றன. கவிதை மற்றும் பிற கலைகள் சார்ந்த முறைபாடுகள் இந்தச் சாத்தியத்தை உண்மையான அனுபவமாக ஆக்கக் கூடிய திறன் கொண்டவை. இந்த அனுபவம் இங்கே பல கவிதைகளில் வெளியாகியிருக்கிறது. தனிமை என்ற விஷயத்தை எடுத்துக்கொண்டு பார்ப்போம்.

கவிதாவின் கவிதை உசாவலில் தனிமை முக்கியமானதொரு விஷயம். இந்த வரிகளைப் பாருங்கள்.

ஏதோ ஒன்று
எதற்காகவோ
என்னை அடையும்போது
நான் அதை
தனிமை என்னும்
சொல்லால் குறிப்பிட்டுச் சொல்லலாம்தான்
ஆனால் எனக்கு
நிச்சயமாகத் தெரிகிறது
அது தனிமை அல்ல
அது நான்தான்.

பொதுவாகத் தனிமை என்பதை தன்னை ஆட்கொள்ளும் ஒரு உணர்வனுபவமாகத்தான் கருதுகிறோம். ஆனால் பிறர் யாருமற்ற நிலையில் தான் மட்டும் இருக்கும்போது தன்னை யேதான் தனிமை என்று பெயரிட்டு அழைத்துக் கொள்கிறோம் என்பது உண்மைதானே? 'நான்' என்னும் உள்ளுணர்வுதானே புறவயப்பட்டு விரிந்து நம்மைச் சூழ்ந்துகொள்கிறது?

பெருநகரத்தின் ஆயிரங்கால்
மண்டபத்தின் தூண்களில் ஒன்றிலிருந்து
மாயி
இறங்கினாள்.

நூறாயிரம் ஆண்டுகள்
நகராமல் இருந்த அலுப்புத் தீர
மாயி
கைகால் வீசி
குதித்தாடினாள்.

ஆழியின் மீது
அவள் ஆடிய போது
ஆயிரம் ஆயிரம்
உயிர்கள் அழிந்தன.

பெருநகரத்தின்
அகன்ற வீதிகளில்
புழுதி கிளப்பியபடி
அவள் ஆடியபோது
நகரம், தன்
சகல இயக்கங்களையும்
நிறுத்திக்கொண்டது.

சில நூறாண்டுகள்
தொடர்ந்தன

மாயியின்
விடுதலை நடனம்.

நகரம் அதிர்ந்தது.
மன்னன் திகைத்தான்.

அப்போது
மாயி கேட்டாள்
ரயில் வண்டியில் பிச்சையெடுக்கும்
பார்வையற்ற இசைக்கலைஞனின்
பாடலொன்றை.

அவனுக்கு அந்தரங்கப் பரிசளித்த
மாயி
அவனைப் பாடச் சொன்னாள்
காதலின் இதமான ராகங்களை.

அவனது ராகத்துக்கு
அமைந்தது
மாயியின்
இறுதி நடனம்.

ஆயிரங்கால் மண்டபத்தில்
இப்போது மீண்டும்
கல்லாய்ச் சமைந்துவிட்ட
மாயிக்காக
ரயில் வண்டிகளிலும்
பெருநகரத்தின் அகன்ற வீதிகளிலும்
அவன் இசைத்துக்கொண்டிருக்கிறான்
காதலின்
முடிவுறாத துயரத்தை.

இந்தக் கவிதை மிகப் பெரியதொரு காலத் திரையின் பின்னணியில் வரையப்பட்டிருக்கும் ஒரு சித்திரமாக விரிகிறது. வந்து செல்லும் உறவுகள் ஏற்படுத்திவிட்டுப் போகும் பாதிப்புகள் வாழ்வனுபவமாகவும் தொடர்ந்த தேடலாகவும் ஆகிவிடுகிறது.

மனிதப் பிரக்ஞையின் ஆழ்தள பிம்பங்கள் தனிமனத்தின் வழியாக வெளிப்பட நேர்ந்தாலும் அனைத்து மனிதர்களுக்கும் பொதுவானவை. அங்கே காலம் காலமாக உறைந்து நிற்கும் அந்த பிம்பங்கள் ஒரு பொருளில் உயிருள்ளவை; காலத்துக்கு அப்பாற்பட்டவை. எந்த ஒரு நேரத்திலும் ஒரு பிம்பம் உயிரோட்டம் கொண்டு மேல் மனத்தை – மனிதனை – தீண்ட முடியும். தீண்டிவிட்டுப் போய் மறுபடி உறைந்து நிற்கக் கூடும். அவ்வாறான தீண்டுதல் நிகழும்போது மேல்மனம் மிகவும் வலிமையான பாதிப்புக்கு உள்ளாக முடியும். நிரந்தரமான மாற்றங்களோ அல்லது நீண்ட கால பாதிப்புகளோ நேர

முடியும். மனோவியலாளர்களால் இந்த முறைபாடு கண்டறியப் பட்டுப் பதிவு செய்யப்பட்டிருக்கிறது. இவ்வாறான ஒரு முறைபாடு பற்றி இந்தக் கவிதை பேசுகிறது.

இந்த உலகின் மீது
முதலில் பெய்த மழையில்
முதலில் நனைந்தது
ஒரு பெண்ணாக இருக்கலாம்

என்று தொடங்கும் கவிதை, பெண் உருக்கொண்டதையும்

புழுதியிலிருந்து கடவுள்
அவளுக்காக உருவாக்கி
அனுப்பி வைத்த
உலகின் முதல் காதலன்
அவள் இதழ்களின் மீது
மானுடத்தின் முதல் முத்தத்தைப் பதித்த
கதையையும் சொல்கிறது.

இந்தத் தொகுப்பில் சில நீண்ட கவிதைகள் இருக்கின்றன. அவை கவிதாவின் அகவுலகம் எந்த அளவுக்குச் செறிவு நிறைந்ததாக இருக்கிறது என்பதற்கு அத்தாட்சியாக இருக் கின்றன.

கவிதாவின் உலகம் எத்தன்மையது என்பதைத் தெளிவாக எடுத்துக்காட்டும் கவிதை இதோ;

எல்லாத் திசைகளிலும்
பறந்து பார்க்கிறது
இந்த
சிறு பறவை

வானத்தின் விரிவு
பார்த்து
வதைபடும்
அதன் சிறகுகள்

ஜன்னல் வழி
துண்டு வானம்
கொடுத்து
அதனிடம் கேட்கிறாய்
போதுமா என்று

கடல் கொள்ளும்
பெருந்தாகம்
தவிர

சில மழைத்துளிகள்
எப்படிப் போதும்?

நேரடியாகப் பார்க்க முடியாததைக் கண்ணாடியில் பிரதிபலித்துக் காட்டும் ஜாலத்தை நிகழ்த்துகிறது கவிதை. கவிதாவின் கவிதைகள் இம்மாதிரியான கண்ணாடியாகத் திகழ்கின்றன. உயிரோட்டமுள்ள பல சித்திரங்களைக் காட்டுகின்றன. இந்தக் கவிதைகளின் பின்னால் தெரியும் அகன்றதொரு சித்திரத்தை பார்க்கும்போது, கவிதாவிடமிருந்து மேலும் நல்ல கவிதைகள் தொடர்ந்து வருவது நிச்சயமான ஒன்றாகத் தோன்றுகிறது.

✵

16

வேறொரு காலம்
எம். யுவனின் கவிதைகள்
ஒரு பார்வை

கவிதை, மனத்தைக் கட்டவிழச் செய்கிறது – கவிஞனின் மனம் கட்டவிழும்போது கவிதை பிறக்கிறது. வாசகன் கவிதையைப் படிக்கும்போது அவன் மனம் கட்டவிழ்கிறது. மனக்கட்டுகளுக்கு முந்தையதான அகநிலையில் கவிதையின் சூட்சுமம் முகிழ்க்கிறது.

மனம் கட்டவிழும்போது, சுயம் விடுதலையையும் நேரடியான சுய அனுபவத்தையும் அடைகிறது; மகிழ்ச்சி கொள்கிறது. மனம் பலதளங்களைக்கொண்டது. ஒவ் வொரு தளத்திலும் பல நிலைகளை மேற்கொள்ள வல்லது. ஒரு குறிப்பிட்ட கவிதை எந்தத் தளத்தில் எந்த நிலையை மேற்கொள்கிறதோ அதே தளத்தில் அதே நிலையை வாசகனின் மனமும் சுயேச்சையாக மேற்கொள்கிறது. ஆழமற்ற, மிகவும் மேலோட்டமான கவிதைகளும் – சிலநேரம் சினிமாப் பாடகர்களும்கூட – அந்த மேலோட்டமான தளத்தைக் கட்டவிழ்க்கிறது; ஆழமற்ற, மேலோட்டமான விடுபடுதலும் மகிழ்ச்சியும் கிட்டுகிறது.

மனத்தின் கட்டுகளும் தளத்திற்குத் தளம் மாறுபடு கிறது; நிலைக்கு நிலை மாறுபடுகிறது. எந்த அளவுக்கு ஆழமான தளத்தில், நிலையில் கவிதை இயங்குகிறதோ அதே ஆழத்தில் வாசகனின் மனமும் கட்டவிழ்கிறது. கவிதையின் முக்கியமானதொரு ஜாலம் இது.

மனக்கட்டுகள் குடும்பத்தால், சமூகத்தால், மொழி யால், படிப்பால், உணவால், தட்பவெப்பநிலையால், சூழ்நிலையால், காலத்தால் அமைகின்றன. ஆழமான

ஒரு கவிதை சிலருக்குக் கிடைக்காமல் போவதற்கு ஆழ் மனக் கட்டுகள் மிகவும் உறுதியானவையாக இருந்து, கட்டவிழ்ப்பை ஏற்க முடியாதவையாக இருப்பது ஒரு காரணமாக இருக்க முடியும். ஆழ்மனத் தளங்களில் கட்டவிழ்ந்த சில மனங்களுக்கு மேலோட்டமான கவிதைகள் போதாமல் இருப்பதற்கும் இதுவே காரணமாக இருக்கிறது. இது கவிதை சம்பந்தப்பட்ட விஷய மல்ல. வாசகனின் மனம் தொடர்பான விஷயம்.

கவிஞன் மனம் கட்டவிழ்தல் கவிதையால் ஏற்படுவது அல்ல. கவிதைதான் கட்டவிழ்தலால் ஏற்படுகிறது. கட்டவிழ்ப்பை ஏற்கக்கூடிய நிலையில் மனம் இருக்கும்போது எதுவும் எதேச்சை யான காரணமாக அமையக்கூடும். ஒரு பறவை வானத்தின் ஆழத்தில் சப்தமின்றி, சலனமின்றி மிதப்பதைக் காண்பது ஒரு காரணமாக அமையலாம் மனத்திற்கு. ஒரு புத்தகத்தின் ஒரு வரியோ மழை பெய்து ஓய்ந்த ஒரு மாலை நேரமோ காரணமற்ற ஒரு சிறு காற்றின் மெல்லிய வீச்சோ ஒருவரின் மனத்தைக் கட்டவிழ்த்து விடமுடியும்.

மனம் கட்டவிழ்வது என்பதுதான் அனைத்து விதமான தேடல்களுக்கும் இலக்காக இருக்கிறது – இது அறிவுபூர்வமாகத் தெரிந்தாலும் தெரியாவிட்டாலும் முழு மனமும் ஒருசேரக் கட்டவிழும்போது இயங்கும் தனிச்சுயம் விடுத்த பார்வைதான் பிரபஞ்சத்தின், வாழ்வின் சுயத்தன்மையைக் காட்ட முடியும். முதலும் முடிவுமான, முதலும் முடிவும் அற்ற (!) பார்வை அது. கலை, தொண்டு, யோகம், தியானம் போன்ற அனைத்துப் பாதைகளின் இலக்கு இதுதான்.

ஆனால் இதற்கும் மதம் என்று சொல்லப்படுகிற இயக்கங் களுக்கும் எந்தவிதமானத் தொடர்பும் கிடையாது என்பது தெளிவாகப் புரிய வேண்டும். மதம் மனத்தின் கட்டுகளில் மிகவும் உறுதியான, கடினமான, மிகவும் இருளார்ந்த ஒன்று. பார்வையின் விடுதலைக்கு முன்னால் அவிழ வேண்டிய முக்கியமானதொரு கட்டு இது.

அறிந்தோ அறியாமலோ கவிஞன், கவிதை முறைபாட்டைத் தன் கட்டவிழ்தலுக்கு ஏதுவாகப் பயன்படுத்திக்கொள்கிறான். மற்ற கலைவெளிப்பாடுகளுக்கும் இது பொருந்தும்.

மனத்தின் கட்டுகள் பிம்பங்களைக்கொண்டு அமையப் பெறுபவை. அமைப்புகள், கட்டுப்பாடுகளுக்கு உட்பட்டவை. அக வளர்ச்சியின் போக்கில் கட்டுப்பாடுகளுக்குள் இயங்கத் திணறும் மனம், அவற்றை மீறும் ஆழ்ந்த யத்தனத்தில் கட் டவிழத் தயாராகிறது.

கட்டுகள் சுய அடையாளம் சார்ந்தவை, உண்மையான சுய அடையாளம் மனத்தளத்தில் இல்லை என்ற போதிலும் கூட. இது புரியும் வரைக்கும் மன அடையாளங்களே சுய அடையாளங்களாகத் தோற்றம்கொள்கின்றன. ஆயினும் அனைத்து மன அடையாளங்களும் தற்காலிகமானவை. அக வளர்ச்சியின் போக்கில் கழற்றிவிட வேண்டியவை. ஆனால் அக வளர்ச்சியின் முழு வீச்சைப்பற்றி அறிந்துகொள்ள முடியாத தால் மனம் தன் அடையாளங்கள் கழற்றி விடப்படுவதை எதிர்க்கிறது. அந்த எதிர்ப்பு தற்காலிகமானது; வரையறைக்குட் பட்டது. இந்த எதிர்ப்பால் அக வளர்ச்சி தாமதப்பட முடியும்; தடுக்கப்பட முடியாது. வளர்ச்சியின் ஏதோ ஒரு கட்டத்தில் அகம் அந்த மன அடையாளத்தை விட்டுவிடத் தயாராகிறது. இந்தக் கணத்தில் கவிதை அல்லது மற்ற கலைவெளிப்பாடுகள் இந்த இயக்கத்தில் பங்குகொள்ள முடியும்.

பழைய மன அடையாளம் விடுத்து, புதிய மன அடை யாளங்களை மேற்கொள்வது, அல்லது மன அடையாளங்களை விடுத்து அகவெளியில் அமைப்புகளற்று நிற்பது போன்ற இயக்க நிலைகளில் கவிதை பங்கேற்க முடியும்.

இந்த விடுபடல் அல்லது கட்டவிழ்தல் என்னும் முறை பாட்டைக் கவிஞன், வாசகன் இருவரிடத்திலும் கவிதை நிகழ்த்த முடியும் – வெவ்வேறு கோணத்திலிருந்து.

சமூகச் சீர்திருத்தம், அரசியல் சீர்திருத்தம் இவை எல்லாம் கவிதையின் குறிக்கோளாக இருக்க முடியும். ஆனால் இவை யெல்லாம் மிகவும் குறுகிய எல்லைகளுக்குள் இயங்குபவை. சிலர் தனக்குக் குறிக்கோள் எதுவும் கிடையாது என்றும் சுயதிருப்திக்காகவே கவிதை எழுதுவதாகவும் சொல்வதுண்டு. ஆனால் இவையும் அகவளர்ச்சி தொடர்பானவையே; அது பற்றிய அறிவுபூர்வமான பிரக்ஞை இல்லை என்பதுதான் உண்மை ஏனெனில் சமூகம், அரசியல், சுய அடையாளம் தேடல், உண்மை நோக்கியத் தேடல், அகவெளி பரிசீலனை அனைத்தும் ஒரே ஓட்டத்தில் பல்வேறு அம்சங்கள்தான்.

கவிதை மற்றும் பிற கலைவெளிப்பாடுகளின் உள் இயக்கம் கட்டவிழ்தல் சார்ந்த அக வளர்ச்சி என்பது உண்மையானா லும் இந்த முறைபாடு பல தளங்களில் பல நிலைகளில் இயங்க முடியும். ஆழ்மன அமைப்புகளை வெளிச்சத்துக்குக் கொண்டு வருவது என்பது இதில் முக்கியமானதொரு அம்ச மாகும்.

மனக்கட்டுகளின் அடிப்படை அமைப்புகள் பல்வேறு விதமான கால – வெளி அமைப்புகளேயாகும். ஒவ்வொரு

கால – வெளி அமைப்பின் தன்மை, உணர்வு, ருசி இவை வெவ்வேறாக இருக்கின்றன. ஒரு குறிப்பிட்ட தனிமனித மனமும் ஏதோவொரு கால – வெளி அமைப்பை மையமாகக்கொண்டு அதைச்சுற்றிலும் பல சிறு உப அமைப்புகளை அமைத்துக் கொண்டு இயங்குகிறது. உப அமைப்புகள் தற்காலிகமானவை. குறுகிய காலத்துக்குள் மாற்றங்களுக்கு உள்ளாகக் கூடியவை; அல்லது முற்றிலும் விடுக்கப்பட்டு புதிய உப அமைப்புகள் பெரு அமைப்பில் இடம்பெற முடியும்.

ஆனால் மைய அமைப்பு அவ்வளவு சீக்கிரமாக மாற்றத் திற்கு உள்ளாகாதது. பெரும்பாலும் வாழ்நாள் முழுவதிலும் அடிப்படை மாற்றம் ஏதும் இல்லாமல் மைய அமைப்பு செயல்பட முடியும். வாழ்வின் பெரும் அதிர்ச்சிகள் எப்போ தாவது மைய அமைப்பை ஆட்டம்கொள்ளச் செய்ய முடியும். ஆனால் பொதுவாக வாழ்வின் நிகழ்வுகள் தன்னை அதிகம் பாதித்துவிடாமல் அக அரண்களை ஏற்படுத்திக்கொண்டு வாழ்பவர்களே பெரும்பான்மையானவர்கள்.

அகக்கட்டுகள் மிகவும் உறுதி வாய்ந்தவையாக இல்லாமல் திறந்த அமைப்புகளாக இருப்பது மிகவும் அரிது. இம்மாதிரி யான மனங்களிலிருந்துதான் ஆழமான கவிதையோ மற்ற கலைவெளிப்பாடுகளோ தோன்றமுடியும்.

மனக்கட்டுகள் அவிழும்போது கிடைக்கப்பெறும் புதிய பார்வைக் கோணங்கள், புதிய தரிசனங்கள், மைய அமைப்பை, அதைச் சுற்றியுள்ள உப அமைப்புகளை ஆழமாக பாதிக்க முடியும்.

மனக்கட்டுகள் மனத்திற்கு ஒரு சுய நிச்சயத் தன்மையை அளிக்கின்றன. கட்டவிழ்தலில் இந்த சுய நிச்சயத்தன்மை போய் ஆழமான நிச்சயமின்மை ஏற்படுகிறது. இதனாலேயே அகவளர்ச்சியும் கவிதை போன்ற கலை வெளிப்பாடுகளின் முறைபாடும் ஒருபுறம் ஆக்கபூர்வமான சக்திகளின் இயக்கமாக இருந்தாலும் மறுபுறம் மிகவும் அயர்ச்சி தரும் விஷயங்களாகவே இருக்கின்றன.

இந்தப் பின்னணியில் எம்.யுவனின் இந்தக் கவிதைத் தொகுப்பைப் பார்க்கலாம். அவரது முதல் தொகுதியான 'ஒற்றை உலகம்' தொகுப்பிலிருந்து இந்தத் தொகுதி பல விதங் களில் மாறுபட்டிருப்பது தெளிவாகத் தெரிகிறது. உள்ளடக்கம், படிமத் தேர்வு, சொல்லாட்சி, உருவம் சார்ந்த கச்சிதம் போன்ற பல அம்சங்களிலும் இந்தத் தொகுதி பல கட்டங்களைக் கடந்து வந்திருக்கிறது.

'ஒற்றை உலகம்' தொகுதியிலுள்ள கவிதைகள் பெருமள வுக்கு புறவயமான பார்வைகள், நெருக்கடிகள், கால – வெளிக் கட்டுகள், இவைகளைச் சார்ந்தே இருந்தன. மாறாக, இந்தத் தொகுதி, அகவயமான பார்வைகள், நெருக்கடிகள், அக அனுபவம் சார்ந்த கால – வெளிக் கட்டுகள், இவற்றை முன்னிலைப்படுத்துகின்றன.

முக்கியமாக, இந்தக் கவிதைகளின் உட்கூறுகளாக இருக்கும் கால – வெளிக்கட்டுகள் மிகவும் வித்தியாசமானவையாக இருக்கின்றன. இதன் காரணமாக, கவிதைகளைப் படிக்கும் போது கிடைக்கும் அனுபவம், தன் தன்மையில், இயல்பில், ருசியில், வாசனையில் வித்தியாசமானதாக இருக்கிறது. உதாரணமாக: உள் – வெளி, வருகை, ரூபம், அகழ்ந்த நகரம், கண்டகாட்சி, சுழற்சி, வேறொரு காலம், பேட்டி, இருக்கும் இடம் விட்டு போன்ற கவிதைகள்.

சில வரிகளைப் பார்ப்போம்.

“என் வலது தோள்ச்சதையில்
முகம் புதைத்து
சதா உறுத்துப்பார்க்கும்
பெண் முகத்தை . . .”

(வருகை)

“இப்போதைக் கடந்து
இப்போதில் நுழைந்து
கடக்கிறது என்
வினாடி முள்.”

(நண்பகல்)

மாறுபட்ட கால – வெளிக்கட்டுகளின் பார்வையில் சாதாரண நிகழ்வுகள் அசாதாரணத்தை மேற்கொள்கின்றன. அனுபவத்தின் குவிமையம் மாறுகிறது; பொருள் மாறுகிறது; தன்மையும் ருசியும் மாறுகின்றன.

மனித அனுபவம் பிரக்ஞைக் கட்டமைப்பு சார்ந்தது. பிரக்ஞைக் கட்டமைப்பு கணிசமான அளவுக்கு சொல் சார்ந்த பிம்பங்களைச் சார்ந்தது. அதனால் சொல்லையும் பிம்பங்களை யும் கையாளும் கவிதை, அனுபவத்தை மாற்றிக் காட்ட முடியும்.

அனுபவத்தை மாற்றிக் காட்டுவது கவிதையின் முக்கிய மான பயன்களில் ஒன்று. அவ்வாறு மாற்றிக் காட்டுவதன் மூலம் வாசக மனத்தை அதன் சம்பிரதாயமான கட்டுகளி லிருந்து தற்காலிகமாகவேனும் விடுவிக்க முடியும். பொதுவான, பொதுப்படையான கூட்டு உடன்பாட்டுக் கட்டமைப்பு

(Consensus Structures) களிலிருந்து வாசக மனத்தை விடுவித்து, அதன் எல்லைகளை மீறிய பிற அனுபவ சாத்தியங்களைக் காட்ட முடியும். அதன் மூலம் முழு விடுதலைக்கான சாத்தியத்தையும் உணர்த்த முடியும். கலையின் முக்கிய நோக்கங்களில் இது அதிமுக்கியமானது. அறிவுபூர்வமாக இல்லாமல் போனாலும் சிறந்த கலைஞர்கள் உணர்வுபூர்வமாக இதை உணர்ந்தே இருக்கிறார்கள்.

இந்த விதத்தில் எம். யுவனின் கவிதைகள் இந்த சாத்தியத்தை உள்ளடக்கியே இருக்கிறது – அவருக்கு இது தெரிந்தாலும் தெரியாவிட்டாலும்.

சோதனை முயற்சி என்பது இவரது கவிதைகளில் உருவ அளவில் தூக்கலாகத் தெரியாவிட்டாலும் உள்ளடக்கத்தில், படிமங்களின் கையாளலில் சோதனையின் ஜாலம் பல இடங்களில் தெரியவே செய்கிறது. கவிதை முறைபாட்டின் ரசவாதம் மிகவும் இயல்பாக இந்தக் கவிதைகளில் இழைந்து தெரிகிறது.

இவரது முதல் தொகுதியிலிருந்து பெருமளவுக்கு இந்தத் தொகுதி காட்டும் கவிதை உலகம் விலகி (முன்னேறி) வந்திருக்கிறது என்பது ஒருபுறமிருக்க, இன்றைய தமிழ்க் கவிதை உலகத்தில் புதியதொரு திசையில் புதியதொரு கோணத்தை இக்கவிதைகள் முன்னிறுத்துகின்றன.

❋

17

கவிதையும் காதலும்

கவிதை(கலை) என்பது என்ன என்பது பற்றியும் காதல் என்பது இதுதான் என்றும் இதுவரை யாராலும் எந்தவித அறுதியான முடிவுக்கும் வந்துவிட முடிய வில்லை. கவிதையைத் தேடிப் போகிறவர்களும் காதலைத் தேடி அலைபவர்களும் நிறையவே இருக்கிறார்கள். ஆனால் கவிதையும் காதலும் தானாக யாரைத் தேடி வருகின்றனவோ அவர்கள்தான் தேர்ந்தெடுக்கப்பட் டவர்கள். அல்லலும் துன்பமும் அதன் விளைவான அகவளர்ச்சியும் அவர்களின் வாழ்க்கையாகிவிடுகிறது. காதல் தானாகத் தேடி வருவதென்றால் குறிப்பிட்ட ஒரு நபரிடம் மட்டும் காதல்வயப்பட வேண்டும், அல்லது நம்மீது ஒரு குறிப்பிட்ட நபருக்குக் காதல் ஏற்பட வேண்டும் என்று பொருளல்ல. குறிப்பிட்ட நபர் யாரு மின்றியும் காதல் ஒருவரைப் பீடிக்க முடியும்.

ஏன் கவிதையையும் காதலையும் இணைத்து ஒன்றாகப் பேசவேண்டும்? இரண்டும் நம்மைக் கேட் காமல் நமக்குள் நுழைந்துவிடுகின்றன. நுழைந்த பின் நாம் இன்னும் அறியாத ஆழங்களுக்குள் புகுந்து தம் ரசவாதத்தை நிகழ்த்துகின்றன. 'நாம்' யார், நம் சுய அடையாளம் என்ன, நமக்கும் பிரக்ஞைக்கும் இடையே நிகழும் பரஸ்பர இயக்கத்தின் அடிப்படை விதிகள் என்ன, நமக்கும் பிரபஞ்சத்துக்கும் உள்ள உறவு என்ன என்பதை இவை இரண்டுமே உசாவுகின்றன. தன்னை அறிதல், தேடல், சுயம் உணர்தல் என்று பல பெயர் களால் அழைக்கப்பட்டு வரும் அந்தப் பெயரற்ற அக முறைபாட்டை இவை முன்னின்று (அல்லது பின்னின்று?) நடத்திச் செல்கின்றன.

கவிதை காதல் இரண்டும் பொதுவாக ஒரு அனுபவ மாக மட்டுமே பார்க்கப்படுகின்றன. ஆனால் இன்னும்

ஆழத்தில் இவை இரண்டும் அனுபவ வெளியின் எல்லை களைக் கடந்த ஓர் ஆழ்மன முறைபாடாக இருக்கின்றன. இவை எப்படியோ ஆழ்மனக்கூறுகளின் இலக்கணத்தை அறிந் திருக்கின்றன. எங்கே எப்படி எப்போது தாக்க வேண்டும் என்று தெளிவாக அறிந்திருக்கின்றன இவையிரண்டும். ஒரு மனிதன் தன்னைப் பற்றித் தான் கொள்ளும் சுய பிம்பங்களை இரக்கமில்லாமல் அழிக்கும் திறன் இவை இரண்டுக்குமே உண்டு. ஆனால் எவ்வளவு வேதனை தந்தாலும் இவை இரண்டுமே நம் மீது மிகவும் ஆழமான அக்கறையுடன் செயல்படுகின்றன. மேல்மனம் உருவாக்கும் சுய பிம்பங்களை அழிப்பதில் குறியாக இருந்தாலும் நம் ஆழ்மன இயக்கத்தைப் பற்றிய வெளிச்சங்களை இவைதான் நமக்குத் தருகின்றன. நம் சுயத்தின் இலக்கணம் பற்றிய தெளிவை இவைதான் நமக்குக் காட்டித் தருகின்றன.

நம்மை நமக்குக் காட்டித் தரும் இந்த முறைபாடு ஆழமான வேதனையும் தவிப்பும் நிறைந்ததாக இருக்கிறது. நாம் பிறந்து வளர்ந்த கலாச்சாரமும் நாம் வாழும் சமூகமும் பெருமள வுக்கு நம் மேல்மனத்தைக் கட்டுகின்றன. அந்தக் கட்டுமானம் பிரக்ஞையின் அக இயல்புக்கு மாறானது. அதனால் கலை, கவிதை, காதல் வழியாகச் செயல்படும் பிரக்ஞை இந்தக் கட்டுமானத்தை உடைக்கும் நோக்கத்துடன் இயங்குகிறது. தொடர்ந்து மேல்மனம் கட்டும் அமைப்புகளை இந்த இயக்கம் உடைத்துக்கொண்டே வருகிறது.

மேல்மனக் கட்டமைப்பின் அடிப்படையில் நாம் நம் முடைய சுயபிம்பத்தை உருவாக்கி வைத்திருக்கிறோம். அதனால் மேல்மனக்கட்டுகள் உடையும்போது 'நாம்' அழிந்துபோவதான உணர்வு ஏற்படுவது தவிர்க்க முடியாததாகிறது. நம் சுய அடையாளம் சமூக – கலாச்சாரம் சார்ந்த மேல்மனத்தில் இல்லை என்னும் உண்மை தெளிவாகும்வரையில் இந்த வேதனையிலிருந்து விடுபட வழியேதுமில்லை. ஒருவகையில் மரணத்தைச் சந்திப்பதற்கு ஒப்பானது கவிதையுடனோ காத லுடனோ உறவாடுவது. மரணத்துடனான எதிர்கொள்ளலில் நம் மேல்மனச் சுயத்தை வாழ்வோட்டத்தின் இயல்புக்கு ஒப்புக்கொடுத்துவிடும் சாத்தியம் இருக்கிறது. அப்போது இந்த வேதனையிலிருந்து நாம் மீள்வதும் சாத்தியமாகும்.

பிரக்ஞையின் பரிணாம வளர்ச்சியின் உள் இலக்கணத் திலேயே இந்த முறைபாடு பொதிந்திருக்கிறது. இந்த முறை பாடு நம் உடல், மனம், உயிர் என்று அனைத்துத் தளங்களிலும் இயங்குகிறது. உடலை, மனத்தை, உயிரை உருக்கி, புதியதொரு சுயத்தை வார்த்தெடுக்கிறது.

கவிதை பற்றியும் காதல் குறித்தும் பொதுமனத்தில் பல பிம்பங்கள் இருக்கின்றன. இவை இந்த இரண்டு விஷயங்களின் மிக மேலோட்டமான தளங்களை மட்டுமே கணக்கில் எடுத்துக் கொண்டுள்ளன. மனிதப் பிரக்ஞையின் உருவாக்கத்தில், மலர்ச்சி யில், இந்த விஷயங்களின் பங்குபற்றி இந்த பிம்பங்களில் எந்த விவரமும் இல்லை. இதில் ஆச்சரியம் ஏதும் இல்லைதான். ஆழங்கள் பொதுமனத்துக்கு அபாயம் விளைவிக்கக்கூடியவை. அதன் கட்டுக்கோப்பைக் கலைத்துவிடக் கூடியவை. உண்மைக்குள் வேர்கொள்ளாத பொதுமனத்தின் போலியுருவங்களைக் குலைத்து விடக்கூடிய வல்லமை வாய்ந்தவை அவை. இதனால் பொது மனம் எப்போதும் ஆழங்களைத் தவிர்த்தே வந்திருக்கிறது.

கவிதை, காதல் இரண்டும் மனிதப் பிரக்ஞையின் பரிணாம வளர்ச்சிப் பாதையில் பெரும் பங்கு வகிக்கும் சக்திகள். அவற்றிற் கான தெளிவான இயக்க நெறிகள் இருக்கின்றன. கவிதையும் காதலும் எல்லோரையும் ஆட்கொள்வதில்லை. ஒரு குறிப்பிட்ட நிலைக்கு அகவளர்ச்சி அடைந்த ஒரு மனத்தைத்தான் இவை வந்து தாக்குகின்றன. பொதுமனத்தைக் கடந்த ஆழங்களுக்குள் தன்னுணர்வின் வேர்கள் நுழையத் தொடங்கிய பிறகுதான் கவிதையும் காதலும் அங்கு இயக்கம்கொள்ளத் தொடங்கு கின்றன. பொதுமனத் தளத்தில் காலூன்றி நிற்கும் சுயபிம்பத்தின் அடிப்படைகளை அசைத்துவிடுவதுதான் முதலில் நடப்பது. இதுவே பெரும் அச்சத்தையும் வேதனையையும் அல்லலையும் கடைசியாகப் பெரும் துயரத்தையும் தரவல்லது. இந்த அச்சத்தை, வேதனையை, மனக்கலக்கத்தை, துயரத்தைத் தாங்க முடியாத மனம் முதல்முறையாகத் தன் சுய அடையாளம் குறித்த முதல் கேள்விகளை எழுப்பி, விடை தேடத் தொடங்குகிறது. இங்கிருந்துதான் 'தேடல்' பிரக்ஞைபூர்வமாகத் துவங்குகிறது. இங்கு நாம் பேசுவது கவிதை, காதல் என்ற பெயர்களில் உலகில் பொதுவாக உலவிவரும் விளையாட்டுத்தனங்கள் பற்றிஅல்ல. இவை பெருமளவுக்கு பொதுமனம் தன் பொழுது போக்குக்காக *(Time Structuring)* உருவாக்கி வைத்திருக்கும் விளையாட்டுக்கள்.

பொதுமனம் ஒருபுறம் காதலை அங்கீகரிக்காததுபோல் பாசாங்கு செய்துகொண்டே இருக்கிறது. இன்னொரு புறத்தில் காதலின் பொய்ப் பிம்பங்களைத் தூக்கிவைத்துக் கொண்டாடிக் கொண்டிருக்கிறது.

உண்மையில் கவிதையும் காதலும் மிகவும் தீவிரமான விஷயங்கள். மனிதப் பிரக்ஞையின் அடிநாதமான தன்னுணர் வைப் படிப்படியாகத் தன் தோற்ற மையத்துக்குக் கொண்டு சேர்க்கும் முறைபாட்டை இவை ஒழுங்குபடுத்துகின்றன. தன்

உண்மையான சுய அடையாளத்தை மனித மனத்துக்கு இவை காட்டித் தருகின்றன. ஒவ்வொரு மனத்துக்கும் இந்த முறைபாடு பிரத்யேகமான முறையில் செயல்படுகிறது என்றாலும் இந்த முறைபாட்டின் இலக்கணத்தில், அதன் கட்டமைப்பில் அடிப் படையான ஒற்றுமை இருப்பது உண்மை.

இதில் மிகவும் முக்கியமான விஷயம் ஒன்று இருக்கிறது. கவிதை உண்மை; கவிஞர் உண்மை இல்லை. காதல் உண்மை; காதலர் உண்மை இல்லை. இந்தக் காரணத்தினால்தான் பொதுமனத்தில் ஆடும் கவிதை, காதல் விளையாட்டுகள் உண்மையானவையாக இருப்பதில்லை. ஏனென்றால் பொது மனத்தில் கவிஞர்களும் காதலர்களும்தான் முக்கியம்; கவிதையும் காதலும் அல்ல.

கவிதைக்கு ஏதாவது ஒரு அனுபவம் உந்துதலாக அமைவது போல் காதலுக்கும் தனக்குப் பிறிதான ஒரு ஆணோ பெண்ணோ அமைகிறார்கள். அக வளர்ச்சி ஒரு குறிப்பிட்ட நிலையை அடைந்து அடுத்த நிலைக்குக் கடந்துசெல்லும் கட்டம் வரும் போது, கவிதையோ காதலோ, அல்லது இரண்டுமோ வந்து பற்றிக்கொள்கிறது. உடனடியாக மனத்தில் ஏற்படும் அனுபவம் இதுவரையில் கண்டிராத ஒரு வீரியம் மிக்க அகப் பாய்ச்சல். இதுவரையில் பிரக்ஞையின் மையமாக இயங்கிக்கொண்டிருந்த மேல்மனச்சுயம் பின் தள்ளப்பட்டு புதியதொரு சுய உணர்வு மனத்தில் வேர்கொள்ளத் தொடங்குகிறது. ஆழமும் அதிர்வும் கொண்ட ஒரு உணர்வு இது. இந்தச் சுய உணர்வுக்கு முன்னால் பழைய சுயபிம்பம் மிகவும் மேலோட்டமானதாகவும் பலவீன மானதாகவும் தெரிகிறது. இந்தப் புதிய ஆழம் மிக்க சுயபிம் பத்தின் அதிக சக்தி காரணமாகத்தான் காதல் வயப்பட்ட ஒரு ஆணோ பெண்ணோ சமூகத்தை – பெற்றோரை – எதிர்த்து நின்று தன் புதிய சுயத்தைத் தக்கவைத்துக்கொள்ள, காப்பாற்றிக் கொள்ளத் தயாராக இருக்கிறார்கள். உண்மையில் இந்த முறை பாட்டில் அந்த ஆணோ பெண்ணோ முக்கியமில்லை. அவர் களைப் பாத்திரங்களாக வைத்துக்கொண்டு நடக்கும் பிரக்ஞை யின் நாடகம் இது.

அதேபோல் ஆழ்தளங்களில் ஏற்படும் இயக்க வினைகளின் விளைவாக, ஏதாவது ஒரு சம்பவம், ஒரு அனுபவம் மனத்தில் ஆழ்ந்த தாக்கத்தை ஏற்படுத்துகிறது. புதிய கோணத்தில் வாழ்க்கை காட்டப்படுகிறது. இதுவும் பழைய சுயபிம்பத்தைப் புறம் தள்ளி, புதியதொரு நிலைப்பாட்டை மனத்தில் நிறுவுகிறது.

பொதுவாக இந்த நிலைமாற்றம் முன்னிளம்பருவத்தில் தான் *(adolescence)* நடக்கிறது. பல வருடங்கள் கழித்துத் திரும்பிப் பார்க்கும்போது காதல் உணர்வைத் தூண்டிவிட்ட அந்த

ஆணோ பெண்ணோ வெறும் ஒரு சாக்காக மட்டுமே இருந் திருக்கிறார்கள் என்று தெரியவரும். அதேபோல் முதல் கவிதையை எழுதத் தூண்டிய அந்த அனுபவமும் வெறும் ஒரு உடனிகழ்வு என்பது தெளிவாகும். அந்தக் குறிப்பிட்ட ஆணோ பெண்ணோ, அந்த அனுபவமோ வந்தமைந்தது பிரக்ஞை இயக்கவிதிகளின் ஆக்கபூர்வமான ஜாலம் என்னும் உண்மை வெளிப்படையாகத் தெரியும்.

தன்னுணர்வு மேல்மனத்தில் தொடங்கி, பிரக்ஞையின் ஒவ்வொரு தளமாகக் கடந்து, கடைசியில் தன் தோற்ற மையத் தில் போய்ச் சேரும் முறைபாடு பிரக்ஞையின் உள் அமைப்பி லேயே பொதிந்திருக்கிறது. தன்னுணர்வு விரிவுகொண்டு, ஒவ்வொரு தளத்திலும் மேலும் மேலும் ஆழமான சுய அனுபவம் அடைந்து, இறுதியில் சுய அனுபவத்தின் சாரத்தை அடைந்து, பிரபஞ்சத்தின் ஒரே சுயமாகத் தன்னை அடையாளம் கண்டு கொண்டு, தனிச்சுய உணர்வு கரைந்து போகும் நிலையற்ற நிலையை அடைவதுதான் இந்த முறைபாடு. இங்கே இந்த உலகில் வாழும் ஒவ்வொருவரும் இந்த முறைபாட்டின் ஏதோ ஒரு கட்டத்தில்தான் இருக்கிறார்கள். ஆயத்தமான அகநிலையில் உள்ளவர்களை உடனடியாகவும் அல்லாதோரைக் காத்திருந்தும் ஆட்கொள்ளும் முறைபாடு இது. ஒவ்வொரு தளமாகத் தன்னையே உரித்தெடுத்து அறிந்துகொள்ளும் முறைபாடாக இருக்கும் காரணத்தால் ஒருபுறம் பெரும் வேதனையும் மறுபுறம் ஆழமான சந்தோஷமும் ஒருங்கே இயங்கும் ஜாலமாக இருக் கிறது இது. இந்த முறைபாட்டின் இலக்கணங்கள் குறித்து விரிவாக ஆராய்வது இந்தக் கட்டுரையின் நோக்கமல்ல. கவிதை, காதல், இந்த இரண்டின் முக்கியத்துத்தைக் கவனத்துக்குக் கொண்டுவருவதுதான் நான் இங்கு முயல்வது.

இதோ சில கவிதைகள்.

முருகிச் சிவந்த கழுநீரும்
முதிரா இளைஞர் ஆருயிரும்
திருகிச் செருகும் குழல்மடவீர்
செம்பொற் கபாடம் திறமினோ

(கலிங்கத்துப்பரணி)

காதல் வயப்பட்ட ஒரு முதிரா (*adolescent*) இளைஞனின் 'ஆருயிர்' செங்கழுநீர்ப்பூவுடன் சேர்த்துத் திருகப்பட்டு பெண் ணின் குழலில் செருகப்படுகிறது. ஆனந்தம் மட்டும் நிறைந்த அனுபவமா இது?

இருநோக்கு இவளுண்கண் உள்ளது ஒருநோக்கு
நோய்நோக்கு ஒன்று அந்நோய் மருந்து

(திருக்குறள்)

காதலைப் பற்றிப் பேசும்போது இதுபோன்ற சொல்முரண் *(Paradox)* தவிர்க்கமுடியாதது. காதல் தொடர்பான இலக்கியங்கள் எல்லாமே அதைத் துன்பமான இன்பம் அல்லது இன்பமான துன்பம் என்று சொல்முரண்களின் வழியாகவே பேசுகின்றன.

செல்லாமை உண்டேல் எனக்குரை மற்றுநின்
வல்வரவு வாழ்வார்க்கு உரை

(திருக்குறள்)

'போய்ச் சீக்கிரம் திரும்பிவிடுகிறேன்' என்று சொல்லும் தலைவனிடம் தலைவியின் கூற்றாக அமைந்த கவிதை இது. 'போகவில்லை' என்றால் என்னிடம் சொல். 'சீக்கிரம் வந்துவிடுவேன்' என்பதெல்லாம் இதைக் கேட்டுக்கொண்டு யார் உயிரை வைத்திருக்கிறாளோ, அவளிடம் போய்ச் சொல்,' என்கிறாள் அவள். அவன் போவது என்பதைக் கேட்டுத் தன் உயிர் தரிக்காது என்கிறாள் அவள். காதலின் மறுபக்கம் துன்பம் தானோ என்று தோன்றுமளவுக்கு இவையிரண்டும் தொடர்புடையனவால உள்ளன. ஆனால் இந்தத் துன்பம்தான் அக வளர்ச்சி சார்ந்த முறைபாட்டில் முக்கியப் பங்கு வகிக்கிறது.

இன்னொரு கவிதையைப் பார்ப்போம்.

யானூடத் தானுணர்த்த
யானுணரா நின்றதற்பின்
தானூட யானுணர்த்தத்
தானுணரான்
தேனூறு கொய்தார் வழுதி
குளிர்சாந்தணியகலம்
எய்தாது இராக்கழிந்தவாறு

(முத்தொள்ளாயிரம்)

ஏதோ காரணத்தால் – பொருள்வயின் தேடிப் போய், சொன்ன காலத்துக்குள் வராமல் – காலம் தாழ்த்தி வந்த தலைவனிடம் ஊடல்கொண்ட தலைவியின் கூற்றாக உள்ள பாடல் இது. தோழியிடம் தலைவி சொல்லுவதாக அமைந்திருக்கிறது. தலைவன் வந்து சேர்ந்த அன்று பரஸ்பரம் ஊடல் கொண்டதால் எவ்வாறு அவனைத் தழுவி அடையமுடியாமல் இரவுப் பொழுது கழிந்து போயிற்று என்று விவரிக்கிறாள் தலைவி.

காதலிக்காகக் காத்திருப்பதில் எவ்வளவுக்கெவ்வளவு சுகம் உள்ளதோ அதே அளவுக்கு வேதனையும் இருக்கிறது என்பதை அவ்வாறு காத்திருந்தவர்கள் அறிவார்கள். காதலி சொன்ன இடத்தில், சொன்ன நேரத்தில் காத்திருந்து, அவள்

வராமல் போய், கால் கடுக்க, மனம் நோக நின்று நின்று, சோர்ந்து போன நாட்களைப் பல காதலர் அறிவர். வருவாளா மாட்டாளா என்ற நிச்சயம் அற்றுப் போயும் ஒரு வேளை அவள் ஏதோ காரணத்தால் தாமதமாக வந்து, தான் அங்கு இல்லாது போய்விட்டால், என்ற சந்தேகத்தில் அங்கிருந்து போய்விட மனமின்றி அங்கேயே நீண்ட நேரம் காத்திருக்கும் அவதியும் வேதனையும் அனுபவித்த சிலருக்குப் புரியும்.

தீர்த்தக் கரையினிலே – தெற்கு மூலையில்
செண்பகத் தோட்டத்திலே
பார்த்திருந்தால் வருவேன் – வெண்ணிலாவிலே
பாங்கியோடென்று சொன்னாய்
வார்த்தை தவறிவிட்டாய் – அடி கண்ணம்மா!
மார்பு துடிக்குதடீ!
பார்த்தவிடத்திலெல்லாம் – உன்னைப் போலவே
பாவை தெரியுதடீ!
மேனி கொதிக்குதடீ – தலை சுற்றியே
வேதனை செய்குதடீ!
வானிலிடத்தையெல்லாம் – இந்த வெண்ணிலா
வந்து தழுவுது பார்!

மோனத்திருக்கையிலே – இந்த வையகம்
மூழ்கித் துயிலினிலே
நானொருவன் மட்டிலும் – பிரிவென்பதோர்
நரகத்துழலுவதோ ?

(பாரதி)

பாரதியின் தனிமையிரக்கம் மிகச் சிறந்த காதல் கவிதை.

குயிலனாய்! நின்னொடு குலவியின் கலவி
பயில்வதிற் கழித்த பன்னாள் நினைந்துபின்
இன்றெனக்கிடையே எண்ணில் யோசனைப்படும்
குன்றமும் வனமும் கொழிதிரைப் புனலும்
மேவிடப் புரிந்த விதியையும் நினைந்தால்
பாவியேன் நெஞ்சம் பகீரெனல் அரிதோ ?
கலங்கரை விளக்கொரு காவதம் கோடியா
மலங்குமோர் சிறிய மரக்கலம் போன்றேன்
முடம்படு தினங்காள்! முன்னர்யான் அவளுடன்
உடம்பொடும் உயிரென உற்றுவாழ் நாட்களில்
வளியெனப் பறந்தநீர் மற்றியான் எனாது
கிளியினைப் பிரிந்துழிக் கிரியெனக் கிடக்கும்
செயலையென் இயம்புவல் சிவனே
மயலையிற் றென்றெவர் வகுப்பரங் கவட்கே.

(பாரதி)

பிரிவின் துயரம் எவ்வாறு இடைப்பட்ட தூரத்தைத் தொலைவாக்கிவிடுகிறது என்பதைக் காட்டுகிறது இந்தக் கவிதை. குலவிக் கலந்திருந்த பல நாட்களை நினைத்துப் பார்க்கையில் இப்போது குன்றெனவும் வனமெனவும் அலைமோதும் கடலென வும் இடைவெளி தோன்றிவிட்டது. கலங்கரை விளக்கம் கண்ணில் தெரிந்தாலும் எட்ட முடியாத தொலைவில் இருக் கிறது. நான் அவளோடு 'உடம்பொடு உயிரென' இருக்கும் போது காற்றெனப் பறந்துபோன, முடமாகிப் போன நாட்கள் இப்போது கிளியைப் பிரிந்த மலையென அசையாது கிடப் பதைப் பற்றி என்ன சொல்வது?

ஞானக்கூத்தனின் 'பவழமல்லி' என்னும் கவிதை.

கதை கேட்கப் போய்விடுவாள் அம்மா. மாடிக்
கொட்டகைக்குப் போய்விடுவார் அப்பா. சன்னத்
தாலாட்டின் முதல் வரிக்கே குழந்தைத் தம்பி
தூங்கிவிடும். சிறுபொழுது தாத்தாவுக்கு
விசிறியதும் அவரோடு வீடு தூங்கும்
பூக்களெல்லாம் மலர்ந்தோய்ந்த இரவில் மெல்ல
கட்டவிழும் கொல்லையிலே பவழமல்லி

கதை முடிந்து தாய் திரும்பும் வேளை மட்டும்
தெருப்படியில் முழு நிலவில் அந்த நேரத்
தனிமையிலே என் நினைப்புத் தோன்றுமோடி?

(ஞானக்கூத்தன்)

மற்ற பூக்களுக்கும் பவழமல்லிக்கும் என்ன வேறுபாடு? மற்ற பூக்களெல்லாம் மலர்ந்து ஓய்ந்த இரவு நேரத்தில் பவழ மல்லி மட்டும் கட்டவிழும் மர்மம் என்ன? மற்ற நிகழ்வுகளுக்கும் நினைப்புகளுக்கும் 'என்னைப் பற்றிய நினைப்புக்கும்' இடையில் உள்ள வேறுபாடு தானோ அது? பவழமல்லியிடம் மட்டும் ஒரு ரகசியம் உள்பொதிந்து கிடக்கிறதோ? உள்ளே தோய்ந்திருக் கும் அந்த ரகசியம் பின்னிரவின் தனிமையில் வெளிப்படுமோ?

பிரம்மராஜனின் தொடக்ககாலக் கவிதைகளில் பிரி வாற்றாமை பெருமளவுக்கு இழைந்து வருவதைக் காண முடியும்.

தனிமொழி - 2

நீரில் மூழ்கிய கடிகாரங்களென
சப்தமற்றுப் போயிருந்த காலம்
நான்
உன்னிலிருந்து பிரிந்தவுடன்
கடல் காக்கைகளாய்ச்

சிறகு விரித்துப் பறந்து
ஒலிகளாய்
வெடித்துச் சிதறித்
தன் நீட்சியை நினைவுறுத்தும்.
காதுமடலைத் தடவியபடி
நான் இனிச்
சிவப்பு நிற டீயின் கசப்பில்
உன்னை மறக்க முயல்வேன்
நீயும்
காற்றை வெட்டிச் சாய்த்துச்
சுழலும் மின் விசிறியில்
கவனம் கொடுத்துப்
பேனா பிடித்தெழுதி
பஸ் ஏறி
வீடு செல்வாய்.
எனினும் இருளுக்கு முன்
நீ போய்ச் சேர வேண்டுமென்று
என் மனம் வேண்டும்.

(பிரம்மராஜன்)

கால ஓட்டம் குறித்த அக அனுபவத்தின் தன்மையைப் பாதிக்க வல்லது காதல். அதனால்தான் காலம் நீரில் மூழ்கிய கடிகாரங்களெனச் சப்தமற்றுப் போயிருக்கிறது. பிரிவாற்றாமை காதலுக்குச் சேர்க்கும் ஆழமும் விரிவும் முக்கியமானவை. பிரிவின் வேதனையை வேறு வேதனைகளைக் கொண்டு சந்திப்பது பொதுவான விஷயம்தான். சிவப்பு நிற டீயின் கசப்பு வேதனையை எதிர்கொள்வதற்கான இவ்வாறானதொரு உபாயம்தான். 'இருளுக்கு முன் நீ போய்ச் சேர வேண்டும்' என்று மனம் ஏன் வேண்டுகிறது? என்ன இருள் அது? காலம் சப்தமற்றுப் போயிருக்கும்போது இருள் எப்படிக் கவியும்? அவள் போய்விட்டதால் எனக்குள் கவியும் இருளா அது?

காதலும் பிரிவும் எழுப்பும் இந்த வேதனைதான் தன்னுணர்வைத் தூண்டி, தன் இருப்பு பற்றிய உசாவலை மேற்கொள்ளச் செய்து, தன் முழுமையை நோக்கிய பயணத்தை வழிநடத்திச் செல்கிறது. கவிதையும் இதே விழைவை, இதே உந்துதலை, உள்ளிருந்து வழிநடத்துகிறது. ஒரே முறைபாட்டின் இருவேறு வெளிப்பாடுகள்தான் இவையிரண்டும். இவற்றின் தோற்றமும் சேருமிடமும் ஒன்றுதான்.

*

www.ingramcontent.com/pod-product-compliance
Lightning Source LLC
LaVergne TN
LVHW090406051026
849518LV00006B/2253
9788189359836